ஜீ.முருகன்

ஜீ.முருகன்
தேர்ந்தெடுத்த சிறுகதைகள்

தேர்வும் தொகுப்பும்
ந.முருகேசபாண்டியன்

டிஸ்கவரி புக் பேலஸ்

கே.கே.நகர் மேற்கு, சென்னை - 600 078.
(பாண்டிச்சேரி கெஸ்ட் ஹவுஸ் அருகில்)
Ph: 044 - 4855 7525 Mobile: +91 87545 07070

ஜீ.முருகன்

தேர்ந்தெடுத்த சிறுகதைகள்

தேர்வும் தொகுப்பும்: **ந.முருகேசபாண்டியன்©**

G.Murugan Therntheduttha Sirukathaigal

Compiled by: **N. Murugesapandian©**

First Edition: Jan - 2019

Pages: 128 - ISBN: 978-93-86555-87-8

Published by :

Discovery Book Palace (P) Ltd,

6, Mahaveer Complex, Munusamy Salai,

K.K.Nagar West, Chennai-600 078.

Ph: +91 44 48557525

Mobile: +91 87545 07070

E-mail: **discoverybookpalace@gmail.com,**

Website: **www.discoverybookpalace.com**

Rs. 150

இந்த நூலில் பிரசுரமாகியுள்ள எந்த ஒரு பகுதியையும் பதிப்பாளரின் எழுத்துபூர்வமான முன்அனுமதி பெறாமல் எடுத்தாள்வதோ, மறுபிரசுரம் செய்வதோ, மொழியாக்கம் செய்வதோ, அச்சு மற்றும் மின்னணு ஊடகங்களில் மறுபதிப்பு செய்வதோ, காப்புரிமை சட்டப்படி தடை செய்யப்பட்டுள்ளது. இந்த நூலிலிருந்து குறிப்பிட்ட பகுதிகளை மேற்கோள்காட்டி புத்தக விமர்சனம் செய்ய, ஊடகங்களுக்கு மட்டும் அனுமதி உண்டு.

உங்கள் மொபைல் போனிலிருந்து ஸ்கேன் செய்து டிஸ்கவரி புக் பேலஸின் மொபைல் ஆப்பை டவுன்லோடு செய்து, புத்தகங்களை வாங்குங்கள்.

அபத்தம், காமம்,
கனவுகள் நிரம்பிய கதைவெளி

கதைகளால் நிரம்பிய மனித இருப்பில், படைப்பாளி புனைவின்வழியாகச் சித்திரிக்க முயலும் கதைகள் எவற்றை முன்னிறுத்த முயலுகின்றன என்ற கேள்வி தோன்றுகிறது. நினைவுகளின் வழியாக ஒருபோதும் முடிவற்ற கதைகள், ஒவ்வொருவரின் இருப்பையும் அர்த்தப்படுத்துகின்றன. கொண்டாட்டம், வலி, குரூரம், பரவசம் எனக் கதைகள் உடல்களுக்குள் ஊடுருவி ஏற்படுத்துகிற உணர்வுகள், முக்கியமானவை. படைப்பாளியின் மனம் சலித்தெடுக்கிற அனுபவங்கள் எந்த விகிதத்தில் பதிவாகிப் புதிய பிரதிகளை உருவாக்குகின்றன என்பதுதான் கதைகளின் ஆதாரம். கிராமம், நகரம் என்ற நிலவெளிக்கு அப்பால் மனிதர்கள் எப்படியெல்லாம் முடிவற்ற புதிர்கள் அல்லது துயரங்களுக்குள் சிக்கிக்கொண்டு தவிக்கின்றனர் என்று விவரிப்பது, ஜீ.முருகனின் கதையாடலில் மையம் என்று சொல்லவியலுமா? யோசிக்க வேண்டியுள்ளது. வழமையான யதார்த்தப் புனைகதைகளைச் சொல்வதுபோல பாசாங்கு செய்கிற கதைகளை எழுதியுள்ள முருகன், கதைகள்மூலம் வேறு ஒன்றை முன்வைத்திட முயலுகிறார். தீமை என்பது ஏன் இப்படி பெரும்பாலானோரின் வாழ்க்கையில் இயல்பாகப் பொதிந்திருக்கிறது என்று, தான் கண்டறிந்திட்ட விஷயத்தைக் கதைகளின்மூலம் சித்திரித்திட முருகன் முயன்றுள்ளார். காலந்தோறும் இலக்கியப் படைப்புகள், மானுட வாழ்க்கையின் உன்னதம்குறித்து பேச்சுகளை உருவாக்கிட முயலுகின்றன. பூமிப்பந்தின் இயற்கை நிகழ்வான இருளை தீமையின் அடையாளமாக உருவகித்து, சமூக மனிதர்களின்

விருப்புவெறுப்புகளை விமர்சிக்கிற இலக்கியம், எப்பொழுதும் நல்லவை குறித்து அக்கறைகொண்டிருக்கிறது. தர்க்கநெறிக்கு முரணாக மனிதமனம் எப்பொழுதும் வரன்முறையற்றுக் கட்டமைக்கிற புனைவுகள், ஒருநிலையில் தீமையாக வடிவெடுக்கின்றன. பொதுவாக தீமையானது, இதுவரை ஆழ்மனதில் உறைந்திருக்கிற அனைத்து நம்பிக்கைகளையும் சிதிலமாக்குகிறது. ஒழுக்கம் x ஒழுக்கமின்மை என்ற முரணில் விரிந்திடும் வாழ்க்கைப் பரப்பில், இப்படியாக மனிதர்கள் தன்முப்பாக அலைகிறார்கள் என்று முருகன் தனது கதைகளில் சொல்வது, தீமை மட்டும்தானா?

கட்டற்ற காம வேட்கையும், வரம்பில்லாத அதிகாரமும் மனிதனின் மையப்புள்ளியாக இயங்கிடும்வேளையில், ஒழுக்கத்தை முன்னிறுத்தும் படைப்புகள் கேள்விக்குள்ளாகின்றன. விளிம்புநிலையினரின் பொதுப்புத்திக்கு எதிரான செயல்பாடுகள், காமக்களியாட்டம், விதிமீறல்கள் போன்றன மனிதனின் இயற்கையான குணங்கள் என்ற புரிதலில், படைப்பாளியின் புனைவுகள் அத்துமீறுகின்றன. தீமையை எவ்விதமான ஒப்பனையுமின்றி வெளிப்படுத்தியிருப்பது, மனித ஆளுமையின் இன்னொரு முகமாக்கும். வைதிக புராண மரபு, தொல்பழங்குடி சார்ந்த தொன்ம மரபு, நாட்டார் மரபு ஆகிய மூன்று நிலைகளில் தீமையை எதிர்த்து வென்றிட முடியும் என்ற நம்பிக்கை, பரவலாக உள்ளது. தமிழில் பெரும்பாலான கதைசொல்லிகள், தீமையை வெல்வதற்கான ஆற்றலை கதைப்பிரதிக்குள் பொதிந்து வைத்திருக்கின்றனர். முருகன், எல்லாவிதமான நம்பிக்கைகளையும் தொலைத்துவிட்டுக் கையறுநிலையில் பாத்திரங்களின் போக்கில் கதையைச் சொல்லியிருக்கிறார். யதார்த்தமான கதைசொல்லலில் முருகன் புனைந்திருப்பது தீமையின் பிரமாண்டத்தையும், அதை எதிர்கொள்வதில் இருக்கிற பிரச்சினைகளையும்தான். பொதுவாக, யதார்த்தக் கதைகளின் மையமான நம்பகத்தன்மை முருகனின் பெரும்பாலான கதைகளில் இல்லை. அவர் புனைந்திட விரும்பும் தொனியில் யதார்த்தத்தைக் கட்டமைத்திருப்பது முருகன் கதைசொல்லலில் தனித்துவம்.

நன்மைxதீமை என்ற எதிரிணைமூலம் புவியில் மனித இருப்புதான் என்ன என்ற கேள்வியின்வழியாக நவீன மனிதன் என்ற புதிய கருத்தியலை முருகன் உருவாக்கிட விழைந்துள்ளார். குறிப்பாக, குடும்பம் என்ற நிறுவனத்தை முன்வைத்து மனைவிகணவன் என மரபுரீதியில் புனையப்பட்டுள்ள மதிப்பீடுகளின் மேலாதிக்கத்திற்கு அப்பால் காதல் என்ற சொல் காற்றில் மிதக்கிறது. ‘உருமாற்றம்’ கதை, முன்வைத்துள்ள காதல் என்பது காமத்தின் நீட்சியாகியுள்ளது. உடல்களில் கொந்தளித்துக்கொண்டிருக்கிற பாலியல் வேட்கை என்பது மரபணுவில் பொதிந்திருக்கிறது. மறுஉற்பத்திமூலம் மனித இருத்தலைத் தொடர்ந்திடச் செய்கிற இயற்கையின்முன்னர் காமம் மட்டும்தான் முதன்மையானது. காதலும் மரபணுவில் இருக்கிறது என்றாலும், சமூக மனிதர்களால் அது புனைந்திட்ட முறை, காதலைப் புனிதப் பொருளாக்கிவிட்டது. காமம்

இழிவானது, காதல் உன்னதமானது என்ற பார்வைக் கோணத்தில் பொதிந்துள்ள நுண்ணரசியல் கவனத்திற்குரியது. கிராமத்தில் வசிக்கிற குடும்பம்பற்றி முருகன் விவரிக்கிற கதையில், கதைசொல்லியின் மொழியானது தற்சார்பு இன்றி விரிந்துள்ளது. ஒழுக்கம்பற்றிய இறுக்கமான விதிகளைப் பொருட்படுத்தாமல், அக்காவும் தங்கையும் தன்னிச்சையாக வாழ்கிற சூழலும், அதற்கு ஒத்துழைப்பு அளிக்கிற அம்மாவும் அப்பாவும் என்ற குடும்பத்தை எப்படிப் புரிந்துகொள்வது? சரி, போகட்டும். சின்னவள் பள்ளி இறுதியாண்டில் படிக்கும்போது, அவளுடைய காதல் விளையாட்டுகள் தொடங்கிவிட்டன. அவளுக்கு ஏகப்பட்ட காதல் அனுபவங்கள். ஏதோவொரு ஆணின் பாலியல் தேவைக்காக உடலைப் பகிர்ந்துகொள்கிற காதலால் நிறைந்திருக்கிற மனம் அவளுக்கு வாய்த்திருந்தது. வீட்டில் மரணத்தை எதிர்நோக்கியிருக்கிற மனைவி அடுத்த அறையில் இருக்கும்போது, தங்கையை அழைத்துச்சென்று, புணர்ந்திட முயலுகிறவனுடைய செயலுக்கான அவளுடைய எதிர்வினையும், மனவெறுப்பும் முக்கியமானவை. எல்லாம் காதல் என்று கருதியவளின் மனதில் ஏற்பட்ட துக்கம் அளவற்றுப் பொங்குகிறது. காமம், காதல் என்ற சொற்களுக்கு அப்பால் விரிந்திடும் ஆண்வுபெண் உறவின் அழுத்தம் ஒவ்வொருவரையும் ஏதோ ஒருநிலையில் தகவமைக்கிறது.

பெரியஎழுத்து விக்ரமாதித்யன் கதைபோல, தொன்மையான மரபில் சொல்லப்பட்டுள்ள ‘மாயக்கிளிகள்’ பறவையை முன்னிறுத்திய கதை என்றாலும், முருகன் விநோத உலகிற்குள் பயணிக்க முயலுகிறார். பின்காலனியக் காலச் சூழலில் யதார்த்தக் கதைகள் சிறந்தவை என்ற விரிப்பின் பின்னர் பொதிந்திருக்கிற அரசியலை அறிந்திட்ட முருகன் மரபான கதைசொல்லல்மூலம், நவீனச் செவ்வியல் கதைப்பிரதியை உருவாக்கிட விழைந்துள்ளார். மருத நிலத்தில் அதிகாரம் செலுத்திய மன்னன், வனத்தில் தன்னிச்சையாகத் திரிந்த குறிஞ்சி நிலப் பெண்ணைத் திருமணம் செய்து அவளை ராணியாக்கிவிட்டான் என்று தொடங்குகிறது கதை. எத்தகைய கட்டுக்காவல் வலுவாக இருந்தாலும், மாபெரும் அதிகாரம் மேலோங்கியிருந்தாலும் சுயேச்சையான பெண்ணின் பாலியல் வேட்கையைக் கட்டுப்படுத்திட முயலுவது அபத்தமானது. மந்திரத்தின்மூலம் எதையும் செய்திடும் ஆற்றல்மிக்க பெண்ணின் சாகசங்களுக்குமுன்னர், அதிகாரம் நொறுங்குகிறது. பெண்ணின் காமம், காலங்காலமாக ஆண்கள் உருவாக்கியுள்ள விதிகளைப் புறந்தள்ளிவிட்டு, இயற்கையான முறையில் தனக்கான வழியை உருவாக்கிடும் என்பதற்கு ஆதாரமாக மாயக்கிளிகள் வெளியெங்கும் சிறகடிக்கின்றன. பெண்ணின் தன்னிச்சையான பாலியல் துய்ப்பில், இதுவரை சமூகம் கட்டமைத்திருக்கிற அன்பு, தாய்மை, காதல், நேர்மை போன்றவை தகர்ந்து போகின்றன.

‘ஜோசப்பின் மரணம்’ கதை, முருகன் எழுதியுள்ள சிறந்த சிறுகதைகளில் ஒன்று என யாராலும் சொல்லிட முடியும். இருவேறு மனநிலைகளில்

இயங்குகிற உடல்களில் கொந்தளித்துக்கொண்டிருக்கிற வன்மமும் குரோதமும் எப்படியெல்லாம் செயல்படும் என்பதற்கு சாட்சியாகக் கதைசொல்லியின் மொழி இருக்கிறது. எவ்விதமான நியதியோ, அறமோ இல்லாமல் உடலினால் மட்டும் வாழ்கிறவன் செய்த கொலை என்பது ஒருவகையில் அபத்தம். மதுக்கூடத்தில் எதிரெதிர் அமர்ந்து வெறுப்பின் கனிகளை விழுங்கி, எதிராளியின் ஆண் குறியானது ஒப்பீட்டளவில் தன்னுடையதைவிட சிறியது என்று சந்தோசப்படுவதுடன், ரோஸ்மேரியை தேடிப் புணர்ந்த சாகசமும் என வாழ்கிற கதைசொல்லியின் எதிராளிமீதான வன்முறை மனநிலை அழுத்தமானது. ஜோசப் தன்னைக் கொன்றுவிடுவான் என்று வீண் மனப்பிரேமையில் தானாக உருவாக்கிக்கொள்கிற கற்பிதம், கதையின் மையத்தில் தனித்துவமானது. ஜோசப் செத்துட்டான் எனத் தொடங்கிடும் கதையின் முதல் வரியில் இன்னொரு ஜோசப்பும் சாகப் போகிறான் என்பது புலனாகிறது. வன்முறையின் மறுபக்கம் அச்சத்தினால் தோய்ந்திருப்பதன் வெளிப்பாடுதான் ஜோசப் கொல்லப்பட்டது என்றும் கதையை வாசிக்கலாம். சகமனிதன்மீது வெறுப்புடன் அவனைக் கொல்வதற்கான காரணங்களைத் தேடியலைவதன் பின்புலம், ஒருவகையில், நவீன மனிதனின் குருதிக்குள் இன்றும் பாய்ந்துகொண்டிருக்கிற ஆதி விலங்கின் எச்சம்தான் காரணமா?

அன்றாட வாழ்வில் கசப்புப் பொங்கிடும் சுழலில் வாழ்கிறவர்கள் எதிர்கொள்கிற வலிகளும், வதைகளும் அளவற்றுப் பொங்குகின்றன. நனவில் ஆழமான பிரக்ஞையுடன் எல்லாம் துல்லியமாக இருப்பதான பிரேமையுடன் வாழ்தலின் மறுபக்கம் கனவில் அல்லது போதமற்ற மனதில் இருண்மையும் அபத்தமும் உறைந்திருக்கின்றன. தற்கொலை செய்துகொண்ட கணவன், ஆற்று வெள்ளத்தில் அடித்துச் செல்லப்பட்டுக் காணாமல்போன மகன் என இருவரையும் இழந்து தவிக்கும் நடுத்தர வயதான பெண்ணின் துயரத்தின்வழியாக அவளுடைய மனம் கட்டமைத்திடும் புனைவு, அபத்த நாடகத்தின் உச்சம். இழப்பு ஏற்படுத்துகிற முடிவற்ற வலியின் வேதனையுடன், ஒவ்வொரு நாளையும் கடத்துகிற பெண்ணின் மனம் புனைகிற காட்சியில் உயிர்த்தெழும் மகன், கணவன் பற்றிய சித்திரிப்புகள், நேர்த்தியான கதையாகியுள்ளன. ‘ஆற்றோடு போனவன்’ கதையில் முருகன் புனைந்திடும் புனைவு, ஒரு புள்ளியில் இருந்து விரிந்திடும் மனதில் புனைந்திருக்கிற அபூர்வமான தருணம் அல்லது காட்சி என்று சொல்லமுடியுமா? ‘துயில்’ கதையில், மனைவியுடன் முரண்பட்டு, தனது பூர்விக வீடு, நிலத்திற்கு நள்ளிரவில் செல்கிறவன், பாழடைந்த வீட்டில் தந்தையைப் பார்க்கிறான். ‘குடும்பம், பொண்டாட்டி, புள்ளிங்க நெனப்பு இல்லாம, உங்கப்பன மாதிரியே நீயும் குடிச்சி கூத்தடிச்சிக்கிட்டுத் திரிஞ்சா யாரு கொஞ்சுவா’ என்ற மனைவியின் வசவுச்சொற்கள் விரட்டிட மீண்டும் குடித்து, போதையுடன் கிளம்பியவன், தந்தையைப் பார்த்துப் பேசுவதாக நம்புகிறான். அது ஒருவேளை கனவாக இருக்கலாம். முருகனின் கதைகளில் கனவுகள் முக்கிய இடம் வகிக்கின்றன.

பெரும்பாலும் ஆண்கள்தான் கனவின்வழியாக வேறு உலகின் பயணிக்கின்றனர். மனைவியுடன் முரண்பாடு, குடி, தான்தோன்றி வாழ்க்கை, பொறுப்பற்ற தன்மையில் தங்கள் மனவிருப்பத்திற்கேற்ப அலைந்திட விரும்புகிற ஆண்கள் கனவின்மூலம் எப்போதும் வேறு உலகிற்குள் பயணிக்கின்றனர். இந்தப் போக்கின் நீட்சியாகச் சுயேச்சையான மனநிலையில் பெண்கள் தங்கள் விருப்பத்தின் அடிப்படையில் குடும்பத்திற்கு வெளியிலான பாலியல் உறவில் திளைப்பதையும் கதைகள் சித்தரிப்பதைப் புரிந்துகொள்ள முடியும். மலரினும் மெல்லியது காமம் என்றும், காதல் என்பது மனிதகுலத்துக்குக் கிடைத்த பேறு என்றும், காலங்காலமாக இலக்கியப் பிரதிகள் கட்டமைத்திருக்கிற பாலியல் உறவுகுறித்து எதிர்நிலையில் முருகன் விவரித்திருக்கிற கதைகள், பொதுநிலையில் புனைவு என்பதைமீறி, பெண்கள்மீது குற்றத்தைச் சுமத்துகின்றன; குற்றமனத்தை ஆணுக்கானதாக முன்னிலைப்படுத்துகின்றன. ‘கிழத்தி’ கதையில் பாலியல்ரீதியில் கேவலமாகச் சித்திரிக்கப்படும் பெண்ணும், ‘இடம்’ கதையில் இன்னொருவன் மனைவியுடன் பாலியல் உறவுகொள்கிறவனின் அற்ப மனநிலையும் செயல்பாடும் பொதுநிலையில் ஆண்களின் வக்கிரத்தையும், அபத்தமான இருப்பையும் பதிவாக்கியுள்ளன. முருகன் சித்திரிக்கிற பெண்கள் குறித்த கதைகளைப் பெண்நோக்கில் எழுதியிருந்தால் வேறுவகைப்பட்ட பிரதியாக இருந்திருக்கும்.

‘அதிர்ஷ்டமற்ற பயணி’ கதையில், கதைசொல்லியான ஜி.முருகனும் கதைக்குள் இடம்பெறும் பயணியும் என்ற புனைவு, சுவராசியமான மொழியில் விரிந்துள்ளது. கதாபாத்திரமும் கதைசொல்லியும் முரண்பட்டுப் பேசுகிற பேச்சுகள், எது நிஜம்? எது புனைவு? என்ற வரையறைமீறி புதிய தளத்திற்குள் பயணித்துள்ளன. எழுத்தாளன் மரணம் என்ற கருத்தியல் ஆதிக்கமடைந்திருக்கிற பின்நவீனத்துவக் காலகட்டத்தில், கதைக்குள் உருவாக்கப்பட்டுள்ள கதைமாந்தருக்கும் கதாசிரியருக்கும் இடையிலான தொப்புள்கொடி உறவு வெறுமனே அபத்தமானது. அதிகாரத்தின் உரையாடலில் ஒவ்வொருவரின் பிம்பமும் தன்மையும் வரையறுக்கப்படுகின்றன. சமூகம் அல்லது சூழலால் கட்டமைக்கப்பட்ட நம்மைப் பற்றிய புனைவுகள்மூலம் சுயம் உருவாக்கப்படுகிறது. ஒருநிலையில் நம்மைப் பற்றிய புனைவை நம்புவதோடு, அசல்தன்மையை மறுதலிப்பது நிகழ்கிறது. இந்நிலையில், ரொலன் பார்த் சொல்வதுபோல, நாம் கதாசிரியனாகவும் கதைமாந்தராகவும் இருக்க நேரிடுகிறது. உண்மை புனைவாகவும் புனைவு உண்மையாகவும் இருக்கிற நிலையில், ஒரு மனிதனுக்குள் இருக்கிற துண்டாடப்பட்ட பல குரல்கள், பல ‘நான்’களின் மையமாகும். ‘உங்கள் உதாசீனம் உண்மையாகவே என்னை வருந்தச்செய்கிறது. ஒரு மனிதனின் எதார்த்த இருத்தலைப் பற்றியோ, அவனுடைய துயரமிகு மனோபாவத்தைப் பற்றியோ நீங்கள் அக்கறைகொள்வதேயில்லை. உங்களுக்கு வேண்டியதெல்லாம் ஒரு கதை என்ற கதைமாந்தரான பயணியின் குரலுக்கு ஜீ.முருகன்,

எழுத்தாளனுக்கு 'வேண்டியதெல்லாம்' காகிதம், உணவு, சிகரெட், கொஞ்சம் விஸ்கி...' என்று பதிலளிக்கிறார்.

திருமணமான நடுத்தர வயது ஆண், வேலைக்காக அனுப்புகிற விண்ணப்பம் விவரித்துள்ள அனுபவங்கள் வெறுமனே கதை மட்டுமல்ல. 'ஒரு வேலைக்கான விண்ணப்பம்' என்ற கதையின் தலைப்பு, சுயபகடியான மொழியில் நடப்புச் சூழலைப் பதிவாக்கியுள்ளது. வளமான பொருளியல் வாழ்க்கைக்கான முயற்சியில், க.சொக்கலிங்கம் (வயது 38) எழுதியுள்ள விவரணைகள் யாருக்கு வேண்டுமானாலும் நிகழ்வதற்கான சாத்தியம் இருக்கிறது. இயந்திரவியல் பட்டயப் பட்டதாரியின் வாழ்க்கையில் அடுத்தடுத்து நடைபெற்ற சம்பவங்கள் குறித்த விவரிப்பின்வழியாக வெளிப்படுகிற துயரம், ஒருநிலையில் மானுடத்தின் துயரமாகிறது. ஏற்றஇறக்கத்துடனான வாழ்க்கை, சூதாட்டமாக மாறுவதை எப்படி எதிர்கொள்வது என்ற கேள்வியை முருகன் முன்வைத்துள்ளார். வழமையான தந்திரம், கபடம், பெண்ணுடல் கொண்டாட்டம், குடி, சூது, நட்பு, அன்பு, குடும்பம் என்ற பாட்டையில் பயணிக்கிற சொக்கலிங்கம், திடீரென வாசகனாகவும் இருப்பதுதான் கதையின் உச்சம். வறண்ட அறிக்கைபோல சொல்லப்பட்டிருக்கிற கதையாடல், வாசிப்பின்வழியாக உருவாக்கிடும் புதிய கதைகள் முக்கியமானவை.

நவீன வாழ்க்கையின் நெருக்கடியை தாக்குப் பிடிக்கவியலாமல், வீட்டைப் பிரிந்து எங்கோ ஒரு நகரத்தில் மட்டமான விடுதியில் தங்கியிருக்கிறவனின் மனச்சோர்வு எந்த நேரத்திலும் தற்கொலையைத் தேர்ந்திட விழைகிறது. லாட்ஜின் மாடியில் சிறுவர்களால் துரத்தப்படும் 'பூனை ஏன் தற்கொலை செய்துகொள்ள வேண்டும்?' என்ற கேள்வியானது உருவகநிலையில் புனையப்பட்டுள்ளது. பூமியில் உயிர் வாழ்வதற்கான தகுதியை இழந்திட்டதாகக் கருதுகிறவன், மனிதனாகப் பிறந்துவிட்டதனால் ஏற்படுகிற குற்ற உணர்வினால் அலைக்கழிக்கப்படுகிறான். இரவினில் தூங்கிட இயலாமல் கனவுகளில் உயிர்த்திருப்பது, அவனுடைய இருப்பை அபத்தமாக்குகிறது. அவனுடைய கணினி மையத்தில் இருக்கையில், ஒருவன் நம்பிக்கை துரோகி என்று அவனை இழுத்துச்சென்று கழுத்தைத் துண்டிக்கிறான். அந்தக் கூட்டத்தில் இரக்கமற்ற பாவத்தில் அவனுடைய மனைவியும் நிற்கிறாள். எல்லோரும் கைவிட்ட நிலையில், மரணத்தை ருசிக்க அவனுடைய உடல் தள்ளாடுகிறது. அந்த நேரத்தில் உடலில் காமம் கசிகிறது. மரணத்திற்கும் காமத்திற்கும் ஏதோ ஒருவகையில் நெருங்கிய தொடர்பு இருக்கிறது. பணத்துக்காக வந்தவள், பித்துப்பிடித்த நிலையில் அவன் முயங்குவதைத் தாங்கிடாமல் தவிக்கிறாள். 'எங்க அப்படியே செத்துப் போயிடுவீங்களோன்னு பயந்தேன்' என்ற அவளின் பேச்சு, ஏன் இப்படி மனிதர்கள் கைவிடப்பட்ட நிலையில் துயரத்தில் தத்தளிக்கின்றனர்? தற்கொலையை நோக்கித் தள்ளுகிற சூழலின் வெக்கை உருவானது எப்படி? என்று கேள்விகளை எழுப்புகிறது.

‘வார்த்தை’ கதையும் மனைவியின் செயல்பாட்டில் தத்தளிக்கிற ஆண் படுகிற அவலத்தைச் சொல்கிறது. இரவினில் நிரம்பக் குடித்துவிட்டு, போதையில் வீட்டுக்கு வந்தவன், வீட்டில் தூங்கியெழுந்தபோது, அவனுடைய மனைவியான சித்ரா, ‘நீ என்ன யாருன்னு நெனச்சி அந்த வார்த்தையச் சொன்ன?’ என்ற கேள்வி ஏற்படுத்துகிற பதற்றம், பெருகிறது. அவளிடம் என்ன சொன்னோம் என்ற நினைவு இல்லாமல், மனைவியிடம் கெஞ்சுகிறவன் நிலையில் சொல்லப்பட்டுள்ள கதையில், திடீரென கனவுபோல நிகழ்கிற சம்பவங்கள் நடந்ததுபோலவே விவரிக்கப்பட்டிருக்கின்றன. காலம் கரைந்துபோன நிலையில் அவனுடைய முந்தைய நாள் போதையின் தொடர்ச்சி என்று கதையை நகர்த்தலாம். எது எப்படியோ, அந்த வார்த்தை ஏற்படுத்திய கசப்பான மனம், மின்விசிறியில் இருந்து முடிச்சிட்டுத் தொங்கிய புடவையாக மாறிவிட்டதா? குடும்ப நிறுவனத்தில் ஆணும் பெண்ணும் இயைந்து வாழமுடியாமலும் பிரிந்திட முடியாமலும் துயரத்தில் வாடி, வேதனைக்குள்ளாகியிருப்பதை ஆண் மொழியில் சொல்லப்பட்டிருக்கிற கதைகளைப் பெண் மொழியில் சொல்லியிருந்தால் நிச்சயம் நியாயங்கள் முழுக்க மாறியிருந்திருக்கும். குடும்பத்திற்குள் மாட்டிக்கொண்டு தவிக்கிற பெண், சூழலின் நெருக்கடி, கணவனின் அடாவடித்தனம் காரணமாகத் தனது இருப்பைத் தக்கவைத்துக்கொள்ள செய்கிற செயல்கள், ஒருநிலையில் சித்ரவதையாக மாறுகின்றன. குடும்ப அமைப்பு பல்லாண்டுகளாக உருவாக்கியிருக்கிற மதிப்பீடுகளை சிதிலமாக்குவதில் ஆண், பெண் என்று பெரிய பேதம் இல்லாதநிலையில், முருகன் சித்திரித்துள்ள பெண்கள் ஒருவகையில் ராட்சசிகள். ராட்சதர்கள் இல்லாமல் ராட்சசிகள் சாத்தியம் இல்லை.

‘கைவிடப்பட்ட கதை’யில் சொல்லப்படுகிற சம்பவங்கள் வெவ்வேறு பார்வைக் கோணத்தில் ஒரே புனைவைக் கட்டமைக்க முயலுகின்றன. நாயர் மெஸ் நடத்துகிற மலையாளி, அவர் தற்செயலாகச் சந்திக்கிற கரகாட்டக்காரியான அன்னம்மா, அவளுடைய தங்கை செல்வி, ராஜா சார், கதைசொல்லி, ராமசாமி எனப் பலரும் கதைக்குள் பயணிக்கின்றனர். முருகனின் விவரிப்பில் இருந்து கதையானது ஜெயலலிதாவின் மர்ம மரணம், சசிகலாபற்றிக் கதைப்பதற்குத் தோது இருப்பதாகச் சந்தேகம் தோன்றினாலும், கதை என்னவோ அசலான அன்னம்மாவையும் நாயர் மெஸ்ஸையும் பற்றியதுதான். சராசரியான நிகழ்வுகளால் சொல்லப்பட்டிருக்கிற கதையாடல், முருகனின் விவரிப்பில் வேறு ஒன்றாக மாறுகிறது. அன்னம்மாவின் காவியம்போலச் சொல்லப்பட்டிருக்கிற கதைப்போக்குதான், கதையை நம்புவதா அல்லது நம்பாமல் இருப்பதா என்ற கேள்விகளை எழுப்புகிறது.

நுகர்பொருள் பண்பாட்டில் சிக்கியுள்ள நவீன வாழ்க்கைப் பரப்பில், நெருக்கடியையும் வதைகளையும் எதிர்கொண்டிருக்கிற மனிதர்கள்குறித்து முருகன் புனைந்திருக்கிற பகடியில் கருப்பு நகைச்சுவை உணர்வு

பொதிந்திருக்கிறது. மனிதனின் அகத்தில் அடங்கியொடுங்கி நினைவிலி நிலையில் பொதிந்திருக்கிற அச்சமானது, நரம்புகளை அதிரச்செய்யும் நகையுணர்வாக மாற்றீடு செய்யப்பட்டு வெளிப்படுவது கருப்பு நகைச்சுவையின் ஆதாரமாகும். அன்றாட வாழ்க்கையில் சராசரி மனிதன் எதிர்கொள்கிற வன்முறை, அதிகாரம், அருவறுப்பு போன்றவற்றைப் புனைவு மொழியில் மெல்லிய நகைச்சுவையுடன் முருகனின் சில கதைகள் பதிவாக்கியுள்ளன. ‘கரடிகளின் பாடல்’, ‘அற்புதம்’ போன்ற கதைகள், நடப்புச் சூழலைப் பகடிக்குள்ளாக்கியுள்ளன. கரடியைவிட அவை பாடும் பாடல்கள்தான் பெரிய அச்சுறுத்தல் எனக் கதைக்கிற முருகன், கரடிகளை முன்வைத்துச் சொல்கிற விஷயங்கள், கேலியான தொனியில் விரிந்துள்ளன. பாடல் என்பதைக் கவிதை என மாற்றி வாசித்தால், தமிழிலக்கியச் சூழலில் கரடிகள் செய்கிற சேட்டைகள் புலனாகின்றன. கவிதை எப்படியெல்லாம் கவிஞர்களை ஆட்டிப் படைக்கின்றன என்ற கதையாடல் வெறுமனே பகடிக்கானது மட்டுமல்ல. இன்னும் யோசிக்க வேண்டும்.

‘அற்புதங்கள்’ கதையைச் சொல்கிற கதைசொல்லி, எந்த இடத்திலும் யாரையும் தாக்கிடாமல், பூனையைப்போல மெல்லிய குரலில் எழுத்தாளர் கௌரவன் வீட்டுக்குச் சென்ற அனுபவங்களைப் பதிவாக்கியிருக்கிறார். ஒருவிதமான தாழ்வு மனப்பான்மையுடன் சென்ற கதைசொல்லி, அங்கே இலக்கியத்தின் பெயரால் நடந்த சம்பவங்களைக் கண்டு, பூனையும் தானும் அற்புதம் எதுவும் நிகழ்த்தவில்லை என்று நினைத்துக்கொள்வது, பகடியின் உச்சம். பெரும்பாலான கதைகளில் மனித வாழ்க்கையின் சிடுக்குகளையும் மனதின் அவலங்களையும் துயரமான இருப்பினையும் சித்திரித்துள்ள முருகன், அற்புதங்கள் கதையாடலில் வெளிப்படுத்தியிருப்பது கருப்பு நகைச்சுவைதான்.

‘சிம்மாசனம்’, ‘இளவரசி’ மற்றும் ‘மரணம்’, ‘ரகசியப் பெயர்’, ‘மந்திர வாள்’ போன்ற கதைகள் மாந்திரிக யதார்த்தக் கதை வகையிலானவை. மரபுக் கதைகள், தொன்மக் கதைகள் பின்புலத்திலும் முருகன் கதைகள் எழுதியுள்ளார். பாரிச வாயு, குளோப், மாயக்கிளிகள், நாய், மஞ்சள் பாம்புகள், குரங்குகளின் வருகை, காண்டாமிருகம், சாம்பல் நிறத் தேவதை, புத்தரின் தொப்பி, இவ்வாறாகக் கானகம் கலையத் தொடங்கியது என்றார்கள் போன்ற கதைகள் பிற உயிரினங்கள் பூமியில் பெறுகிற இடத்தையும், மனிதர்கள் சகஉயிரினங்களை எப்படி நடத்துகின்றனர் என்பதை நுட்பமாகச் சித்திரித்துள்ளன. ‘குளோப்’ கதையில் நாராயணன், ஸ்டீபன் என்ற பூனை ஆகிய இருவருடன் ஆறுமுகம் என்ற எலிக்கு ஏற்பட்ட உறவு, எலியின் பார்வையில் சொல்லப்பட்டுள்ளது. காதல் விவகாரத்தில் காதலியால் கைவிடப்பட்ட நாராயணன் அடைகிற மனவேதனையும், காய்ச்சலும் எனத் தவித்தவர், இறுதியில் தற்கொலையில் தனது முடிவைத் தேடிக்கொண்டாரா? உடலில் தோன்றும் அல்லது மரபணுவின் தூண்டுதலால் வெளிப்படுகிற எதிர்பாலினத்தின்மீதான

பாலியல் வேட்கைக்காக ஓர் உயிர் தற்கொலை செய்துகொள்வது மனித இனத்தில்தான் நிகழ்கிறது என்று ஆறுமுகம் என்ற எலி கதை சொல்கிறதா?

ஜீ.முருகன், எழுதியுள்ள கதைகளை அவ்வப்போது வாசிக்கையில், வித்தியாசமான மொழியில் சொல்லப்பட்டிருக்கின்றன என நினைத்துக்கொள்வேன். அண்மையில், அவருடைய 63 கதைகளையும் ஒட்டுமொத்தமாக வாசித்தபோது, சமகால வாழ்க்கைகுறித்து உக்கிரத்துடன் சொல்லப்பட்டிருக்கிற கதையாடல்கள், தொந்தரவு செய்தன. ஏன் இப்படி மனிதர்கள் அற்பத்தனம், வன்முறை, குரோதம், வெறுப்பு, பாலியல் அத்துமீறல் எனத் தங்களுடைய இயல்பான வாழ்க்கையை நாசமாக்கிக்கொள்கிறார்கள் என்று தோன்றியது. குடும்ப அமைப்பு சிதைவடைந்து, எல்லோரும் ஆளுக்கொரு ஸ்மார்ட்போன்மூலம் வெற்றுக் கேளிக்கைக்குள் மூழ்கி, ஒற்றையாகத் தவிக்கிற சூழலில், முருகன் எழுதியுள்ள கதைகள் சமகால வாழ்க்கை குறித்து விசாரணையைத் தொடங்கிடும் வல்லமையுடையன. அதுவே ஜீ.முருகன் கதைகளின் பலம்.

ஜீ.முருகன், தனது புனைகதைகளின் வழியாகக் கண்டறிந்திட்ட நடப்பு வாழ்க்கையின் மறுபக்கத்தை அடையாளப்படுத்தும்வகையில், என்னால் தேர்ந்தெடுக்கப்பட்டுள்ள இந்தச் சிறுகதைகள், வாசிப்பில் உங்களுக்கு ஏற்படுத்தும் அனுபவங்கள் முக்கியமானவை. இத்தொகுப்பு முயற்சியானது முழுக்க எனது வாசிப்பும் ரசனையும் தொடர்புடையது.

சிறுகதைத் தொகுப்பு நூல் வெளியிட அன்புடன் இசைவளித்த நண்பர் ஜீ.முருகன் என்றும் அன்பிற்குரியவர். இந்நூல் பிரசுரமாவதில் பெரிதும் அக்கறைகொண்டிருந்த நண்பர் கவிஞர் ஸ்ரீ.ஷங்கர் புத்தக உருவாக்கத்தில் உதவியுள்ளார். அவருக்கு என்றென்றும் அன்பு. ஜீ.முருகன் தேர்ந்தெடுக்கப்பட்ட சிறுகதைகள் நூலை அழகிய வடிவமைப்பில் டிஸ்கவரி புக் பேலஸ் பதிப்பகம்மூலம் பிரசுரிக்கிற நண்பர் மு.வேடியப்பன் என்றும் தோழமைக்குரியவர்.

ந.முருகேசபாண்டியன்
மதுரை
9443861238

பொருளடக்கம்

உருமாற்றம்	17
மாயக்கிளிகள்	23
ஆற்றோடு போனவன்	30
அதிர்ஷ்டமற்றப் பயணி	36
குளோப்	42
ஒரு வேலைக்கான விண்ணப்பம்	52
ஜோசப்பின் மரணம்	60
பூனை ஏன் தற்கொலை செய்துகொள்ள வேண்டும்?	67
கள்ளத் துப்பாக்கிகளின் கதை	77
கைவிடப்பட்ட ஒரு கதை	83
வார்த்தை	95
கரடிகளின் பாடல்	104
அற்புதங்கள்	108
துயில்	118

உருமாற்றம்

இந்தக் கதையைச் சொல்பவர் சிறுவனாக இருந்தபோது அவளுக்கு வாலிபப் பருவம். அவருடைய வீட்டுக்குப் பின்பக்கம்தான் அவளுடைய வீட்டுத்தோட்டம். ஒன்றுக்கு ஒன்று முதுகைக் காண்பித்தவாறு இரண்டு வீடுகளும் பக்கத்துப் பக்கத்துத் தெருக்களைப் பார்த்தபடி இருந்தன. அவளுடைய தெரு ஊரின் கடைகோடியில் இருந்தது. அங்கே இருந்த ஐந்தாறு வீடுகளுக்கும் மண்மேடுகளுக்கும் குட்டிச்சுவர்களுக்கும் இடம்விட்டுத் தாறுமாறாகக் கிடந்தன. அவளுடைய வீட்டுக்கெதிரே மண்டிக்கிடந்த புல் பூண்டுகளுக்கிடையே வண்ணானுடைய இரண்டு கழுதைகள் மேய்ந்து கொண்டிருப்பதை அவர் எப்போதும் பார்த்து வந்திருக்கிறார். முன்னங்கால்கள் இரண்டும் கட்டப்பட்டுக் கால்களில் ரத்தம் கசிய தாவித்தாவி அவை மேய்ந்துகொண்டிருக்கும்; அவற்றின் கண்களில் வலியின் வேதனை வழிந்துகொண்டிருக்கும்.

அவளுடைய குடும்பத்தைப்பற்றி எப்போதும் ஊரில் அவதூறாகவே பேசிவந்தார்கள். வேறு குடும்பங்களைப் பற்றி அவ்வப்போது இதுபோன்ற அவதூறுகள் எழுந்ததுதான் என்றாலும் இந்தக் குடும்பத்துக்கு நேர்ந்ததுபோல் இல்லை. அவர்களும் தங்களைப் பற்றி ஜாடைமாடையான பேச்சுகளையும் வசவுகளையும் பொருட்படுத்துவதும் இல்லை. எல்லாமே மரத்துப்போனதும் பழகிப்போனதுமாக ஸ்திரப்பட்டுவிட்டது அவர்களுக்கு.

அவளுடைய அம்மாவுக்குத் தன் பெண்களைக் கண்டிப்பதிலோ ஒழுக்கமாக நடத்துவதிலோ அக்கறை இருந்ததாகவும் தெரியவில்லை. அவளுடைய அப்பாவுக்கு

இதனால் பொறுப்புகள் குறைந்திருந்தன. தன் நிலைகுறித்துத் திருப்தியுற்றவராகவே தெரிந்தார். அவர் அதிகம் பேசுவதில்லை. கூட்டிக்கொடுப்பவன் என்ற அபிப்ராயம் அவரைப் பற்றிப் பரவலாக இருந்துவந்தது. இதனால் நிச்சயம் அவர் வருத்தப்பட்டிருக்கத்தான் வேண்டும்.

அவளுடைய மூத்த சகோதரிக்கு ஒரு காதலன் உண்டு. ஏற்கெனவே திருமணமான அவன் இந்தக் குடும்பத்துக்கென்று நிறைய உதவிகள் செய்தான். அவன் உதவியிருக்காவிட்டால் அந்தக் குடும்பம் இன்னும் நிலைகுலைந்து போயிருக்கும் என்பதில் சந்தேகமில்லை.

இளையவளோ அவளைப்போல இல்லை. அவளுடைய காதல் பரந்துவிரிந்த சாம்ராஜ்ஜியம். அந்தக் கிராமத்திலிருந்த இளைஞர்கள் மட்டுமல்லாது பக்கத்து ஊர் இளைஞர்களும் அவளைக் காதலித்தார்கள். சுற்றிச் சுற்றி வந்தார்கள். திருமணமான ஆண்களும் இதில் அடக்கம். அவர்களில் எத்தனை பேரை அவள் காதலித்தாள் என்பது உறுதிப்படத் தெரியவில்லை.

அவள் பேரில் பைத்தியமாகிப்போன சில இளைஞர்கள், அவளைப் பற்றித் தெரிந்தும் திருமணம் செய்துகொள்ள முன்வந்ததுண்டு. அந்த வாய்ப்புகளை எல்லாம் அவள் ஏனோ உதாசீனம் செய்துவந்தாள். அசட்டுத்தனமான இந்த உளறல்களைக் கேட்டு அவர்களைக் கிண்டல் செய்து அனுப்பினாள். அவள்மேல்கொண்ட அபரிமிதமான காதலில் ஒருவன் அவளை அடிக்கவும் செய்திருக்கிறான். அவனுக்குத் துரோகம் செய்கிறாளாம் அவள்! எல்லையற்ற காதலால் நிறைந்திருந்த மனதுக்குத் துரோகம் என்று ஏதாவது உண்டோ?

அவளும் சில பொழுது யோசித்திருக்கலாம்; அவர்களில் ஒருவனைக் கல்யாணம் செய்துகொண்டுவிடலாமென்று. எந்தக் காதலனின் பெற்றோர் இதற்குச் சம்மதிப்பார்கள்? எங்கேயாவது ஓடிப்போய்த்தான் செய்துகொள்ள வேண்டும். திரும்பி வந்தால் ஊர்க்காரர்கள் நிச்சயம் இருவரையும் கொன்று போட்டிருப்பார்கள்.

பள்ளி இறுதியாண்டு படிக்கும்போதே அவளுடைய காதல் விளையாட்டுகள் ஆரம்பமாகிவிட்டன. எத்தனைபேர் நேசிக்க வந்தாலும் காதல் மட்டும் அவளிடம் வற்றவேயில்லை. தோட்டம், புதர் என்று மறைவான இடங்களில் காதல் செய்ததில் மூன்றுமுறை கருக்கலைப்பு செய்ய வேண்டியிருந்தது. ஒருமுறை மரணத்தின் விளிம்பைத் தொட்டு வந்திருக்கிறாள்.

அந்தச் சம்பவம் நடந்த இரவுக்கு முன்புவரை அவள் குதூகலமாகவே நாட்களைக் கழித்திருந்தாள். காதலைவிட மதிக்கத் தகுந்த விஷயம் வேறு ஒன்றும் அவளுக்குத் தென்படவில்லை.

அன்று இரவு அவளுடைய காதலன் ஒருவன் அவளைத் தேடி வந்தான். அவளுடைய அப்பா பந்தலுக்குக் கீழே திண்ணையில் படுத்துத் தூங்கிக்கொண்டிருந்தார். தானியப் பானைகள் அடுக்கிவைத்திருந்த உள் அறைக்குள் அவளும் அவளுடைய அக்காவும் படுத்தபடி பேசிக்கொண்டிருந்தார்கள். அவன் உள்ளே வந்தான். அவனைப் பார்த்ததும் மூத்தவள் எழுந்துபோய் அவள் அம்மாவுடன் தாழ்வாரத்தில் படுத்துக்கொண்டாள்.

அவனை அவள் அப்போது எதிர்பார்க்கவில்லை. வருவதாகவும் அவன் சொல்லியிருக்கவில்லை. அவள் படுக்கையிலிருந்து எழுந்து உட்கார்ந்தாள். அவன் பக்கத்தில் உட்கார்ந்தான். ஏதோ ஒரு திகிலுணர்வு அவளைப் பற்றிக்கொண்டது. அவன் எதுவும் பேசாமல் அவளுடைய முகத்தைப் பார்த்தான்.

"உங்க ஊட்டுக்காரிக்கு ஒடம்பு பரவாயில்லையா?" என்று கேட்டாள்.

"அப்படியேதான் படுத்திருக்கா" என்றான் அவன். அவனுடைய முகம் இறுகிப்போயிருந்தது. அவன் எப்போதும் இப்படித்தான் அவள் இரக்கப்படும்படியாக நடந்துகொண்டான். வழக்கத்துக்கு மாறாக அவளிடம் எதையோ எதிர்ப்பார்த்தவன் போலத் தயக்கத்துடன் தெரிந்தான்.

"ஏன் இப்படி உட்கார்ந்திருக்கே?" என்று கேட்டாள்.

"இன்னிக்கு எங்க வீட்டுக்குப் போயிடலாமா?"

வியப்புடன் அவனைப் பார்த்தாள்.

"ஏன்?"

"அதுக்கில்ல, இன்னிக்கி மட்டும் அங்க இருந்திட்டு வரலாம், நானே கொண்டுவந்து விட்டுட்டுப்போறேன்."

"அங்கெல்லாம் வேண்டாம். வீட்டுல ஆளுங்க இருப்பாங்க" என்றாள்.

"தூங்கிக்கிட்டிருப்பாங்க. தோட்டத்துக் கதவ திறந்து விட்டுட்டு வந்திருக்கேன்."

"ஏதாவது வம்பு வரும், வேண்டாம்."

"வராது" என்றான் பிடிவாதத்துடன்.

கோபத்துடன் அவனைப் பார்த்தபடி உட்காந்திருந்தாள். அவள் மறுத்திருந்தால் அவன் ஒன்றும் செய்துவிடப் போவதில்லை. ஏனோ அவன்மேல் இரக்கம் ஏற்பட்டது.

இருவரும் தாழ்வாரத்தைக் கடக்கும்போது "உமா" என்றாள் அவளுடைய அக்கா. இதென்ன புதுப்பழக்கம்? என்பதுபோல அது ஒலித்தது. பதிலுக்கு இவள் 'ஊம்' என்று குரல் கொடுத்துவிட்டு அவனுடன் போனாள்.

ஊரே நிசப்தமாக இருந்தது. கதை சொல்பவரின் வீட்டுக்குப் பக்கத்து வீடுதான் அவனுடையது. சீக்காளியான பெண்ணை அவன் மணந்துகொண்டு வந்திருந்தான். அவளுக்குக் காசநோய் என்று ஊரில் பேசிக்கொண்டார்கள். இதனால் ஊரின் இரக்கப் பார்வை அவன்மேல் விழுந்திருந்தது. அவனுடைய இதுபோன்ற தவறுகள் மன்னிக்கப்பட்டுக்கொண்டிருந்தன.

அவளைக் குறுக்குச் சந்து வழியாகக் கூட்டிக்கொண்டு போனான். தோட்டத்துக் கதவைத் தொட்டுக்கொண்டு போனது சந்து. தோட்டத்தில் இடதுபக்கமாகக் கிணறு இருந்தது. அதையொட்டி நடந்து வீட்டுக்குள் போனார்கள். நடுக்கூடம் இருட்டிக் கொண்டிருந்தது. விளக்கைப் போட்டபோது பயத்துடன் அவனை ஒட்டிக்கொண்டாள். எதையும் ரகசியமாக வைத்துக்கொள்ள வேண்டும் என்ற பிரயத்தனம் அவனிடம் தென்படவில்லை. அச்சத்துடன் ஏதோ ஒரு அசம்பாவிதத்தை எதிர்பார்த்தபடி அவனுடன் போனாள். அவனுடைய அறைக்கு அவளை அழைத்துக்கொண்டு போனான். அறைக்குள் நுழைவதற்கு முன்னால் பக்கத்து அறையில் ஒருக்களித்து விடப்பட்டிருந்த கதவுக்குப் பின்னாலிருந்து யாரோ இங்கே கவனிப்பதுபோல இருந்தது அவளுக்கு.

உள்ளே போனதும் "அங்க யாரு இருக்காங்க?" என்று கேட்டாள்.

"அவதான்" என்றான், அவசியமற்ற ஒரு பதிலைச் சொல்வதுபோல.

கட்டில் அந்த அறையின் முக்கால் பங்கை அடைத்துக்கொண்டிருந்தது. துடிமனான ஒரு புது மெத்தை அதன்மேல் படுத்திருந்தது. இவையெல்லாம் அந்தச் சீக்காளிப் பெண்ணின் சீதனமாக இருக்கலாம். இப்படி ஒரு கட்டிலில் என்னைக் கிடத்திப் பார்க்க வேண்டும் என்ற ஆசைபோலும் என்று யோசித்தபடி கட்டிலில் உட்கார்ந்தாள். அவன் எழுந்துபோய்க் கதவைச் சாத்திவிட்டு வந்தான்.

"உங்க வீட்டுக்காரிக்குப் படுக்கை இங்க இல்லையா?"

"இல்லே."

"அவுங்களுக்கு அங்க பயமா இருக்காது?"

"அவுங்க பாட்டி வந்து படுத்திருக்காங்க."

"பாட்டின்னா?"

"அவுங்க அப்பனப் பெத்தபாட்டி. கூடியவரைக்கும் என்னைத் தூர இருக்கச் சொல்லிட்டாரு டாக்டர்."

"சரியாயிடுமா?"

"நம்பிக்கையில்லை; வியாதி முத்திடுச்சாம்."

"பெரிய ஆஸ்பத்திரிக்கு எங்கயாவது கூட்டிக்கிட்டுப் போறதானே."

அவன் அதற்குமேல் பேச விரும்பவில்லை. அவளுடைய ஆடைகளைக் களைந்தான். மறுத்தும்கூட அவளை முழு நிர்வாணமாக்கினான். தன்னைத் தயார்படுத்திக்கொள்ளாமலேயே அவனுக்கு இணங்கினாள். மனசுக்குள் ஏதோ ஒரு பெரிய தடை விலகாமல் நின்றது. இந்த அறைக்குள் நடக்கும் எல்லாவற்றையும் யூகித்துக்கொண்டு, உற்றுக் கவனித்தபடி அடுத்த அறையில் பரிதாபத்துக்குரிய ஒரு பெண் இருக்கிறாள் என்பதை நினைத்தபோது, தன்மேல் புரண்டுகொண்டிருக்கும் அவனை வீசியெறிய வேண்டும்போல் எரிச்சல்தான் வந்தது. அவனுடைய உராய்வு எந்தக் கிளர்ச்சியையும் அவளிடம் உண்டாக்கவில்லை. ஏதோ கட்டாயத்துக்கு என அவனை அனுமதித்திருந்தாள். என்ன கட்டாயம் என்றுதான் புரியவில்லை அவளுக்கு.

முயக்கத்துக்குப் பின் அணைத்தவாக்கில் படுத்துக்கிடந்தவனிடம் கேட்டாள், "இதெல்லாம் அவுங்களுக்குத் தெரிஞ்சா?"

"யாருக்கு?"

"உன் வீட்டுக்காரிக்கு."

அவன் ஒன்றும் பேசவில்லை.

"அவுங்க இந்த நிலையில் இருக்கும்போது நாம இங்க வந்து..."

"அவகூட நானும் சாகணுமா?"

எதுவும் பேசாமல் வெறுப்புடன் அவனைப் பார்த்தாள்.

"போகலாம்" என்றாள்.

"இன்னும் கொஞ்ச நேரம் கழிச்சி போகலாம்" என்றான் கெஞ்சும் குரலில். இன்னொருமுறை அவளை ருசி பார்க்கும் வேட்கை அவனிடம் இருந்தது. அவளைத் தழுவினான். அவளுடைய வெற்றுடம்பு இப்போது அதிகம் கூசியது. விளக்கை அணைத்துவிடும்படிச் சொன்னாள். "இருக்கட்டுமே" என்றான். எந்தத் தடையுமில்லாமல் அவள் உடலை உணர வேண்டும் அவனுக்கு. "யாரோ பாக்கிறமாதிரி இருக்கு" என்றாள் அவள்.

"எங்கே?"

"பக்கத்து ரூம்ல இருந்து."

"அங்கிருந்து எப்படிப் பார்க்க முடியும்?"

“எனக்கு அப்படித்தான் தோணுது. வெளக்க நிறுத்துங்க.”

“அப்படிப் பாத்தாதான் என்ன?” என்று கோபத்துடன் சொன்னவன் அவளுடைய உடலை வெறியுடன் மலர்த்தி மேலே கவிழ்ந்தான். அவசரமாக அவளுக்குள் தன்னைப் பொருத்திக்கொண்டு நிதானமில்லாமல் இயங்கினான். இதில் அவன் எந்தச் சுகத்தையும் அனுபவிப்பவனாக அவளுக்குத் தெரியவில்லை. அது ஏதோ பழிதீர்த்தல்போல இருந்தது.

“ஏன் ஜடம்மாதிரி படுத்திருக்கே, பிடிக்கலையா?” என்றான் இயக்கத்தை நிறுத்திவிட்டு. அவளுடைய வெறுப்பான பார்வையைச் சந்திக்க முடியாமல் அவமானப்பட்டவன்போலப் பாதியிலேயே கீழே சரிந்து படுத்தான். அவளை நிர்ப்பந்திக்க முடியாது என்ற நிலையில் அவனால் வேறு என்ன செய்ய முடியும்?

அவள் எழுந்து ஆடைகளை உடுத்திக்கொண்டாள். அங்கிருந்து வெளியேறி வந்த வழியே நடந்தாள். தனக்குப் பின்னால் அவன் வருவது தெரிந்தும் அவள் எதுவும் பேசவில்லை. இது நாள்வரை இல்லாத ஒரு வெறுப்பு அவளுக்குள் தலைதூக்கி நின்றது. வீடுவரை அவளுடன் வந்து விட்டுவிட்டு அவன் திரும்பப் போய்விட்டான்.

இது நடந்த ஐந்தாறு நாட்களில் அவனுடைய மனைவியின் மரணச் செய்தியை அவள் கேட்க நேர்ந்தது. உள்ளுக்குள் புதைந்திருந்த துக்கத்தின் கனலில் அவள் மனம் வெந்து சாம்பலாகிப் போனதான ஒரு பிரமைக்கு அவள் ஆட்பட்டாள். “இது நாள்வரை காதல் என்ற ஒன்றை யாரும் காணாத புதுவிதமாகக் கற்பிதம் செய்து கொண்டிருந்தோமோ’ என்றுகூட அவளுக்கு நினைக்கத் தோன்றியது. விளையாட்டுணர்வு வற்றி, நோய்வாய்ப்பட்டவள் போலக் காணப்பட்ட அவளைக் கண்டுதான் ஊர்க்காரர்கள் குழம்பிப் போனார்கள். “ஏன் இப்படி இருக்கிறாள்?’ என்று அடுத்தவர்களைப் பார்த்துக் கேட்டுக்கொண்டிருந்தார்கள்.

மாயக்கிளிகள்

தனது இனத்துடன் வனங்களில் திரிந்து கொண்டிருந்தவளிடம் பிரேமைகொண்டு பட்ட மகிஷியாக்கிக்கொண்டான் அரசன். மலைநாட்டுக் காரி ராணியாகிவிட்டாள். அவள் இங்கே வரும்போது சீதனமாகப் பாடல்களைக் கொண்டுவந்திருந்தாள்; ஏராளமான பாடல்கள். அவள் பாடத் தொடங்கிய கணத்திலேயே நறுமணம் கமழ்ந்தது. துரிதமாக வளர்ந்து பூத்தன செடிகளெல்லாம். அவள் வருகைக்குப் பின்னர் அந்தப்புரத்திற்கு விதவிதமான பறவைகள் வரத்தொடங்கின. புதுப்புது வண்ணங்களில் பட்டாம்பூச்சிகள் காணக்கிடைத்தன.

வேட்டைக்குப் போனவன் இப்படி மணக்கோலத்துடன் திரும்பி வருவானென்று யாரும் எதிர்பார்க்கவில்லை. சூன்யக்காரி என்று குமைந்தார் கிழட்டு மந்திரி. ஒரு மலைநாட்டுக்காரி கீர்த்திமிக்க இந்நாட்டின் மகாராணியாவதை அவருடைய மனம் ஒப்புக்கொள்ளவில்லை. அரச வம்சத்தில் இதுவரை எப்போதும் சம்பவிக்காத ஒரு இழுக்காக இதைக் கருதி வருந்தினார்.

ஒரு குழந்தையைப் போல இயல்புகொண்டவனான அரசனோ மிதமிஞ்சிய ஆர்வத்தில் காரியங்களைச் செய்துவிடுபவனாகவும் இருந்தான். மந்திரியின் வார்த்தைக்குச் செவிசாய்ப்பவன்தான் என்றாலும் இது இராஜ்ய விஷயமல்லவே.

அரசனை நீண்ட இரவுகளில் வைத்துத் தாலாட்டினாளவள். காதல் போதையில் மூழ்கிக்கிடந்தான் அவன். இப்படியாக நாட்கள் நகர்ந்தன. அரசனின்

சிறுபிள்ளைத்தனமான காதல் விளையாட்டுகள் அவளுக்குச் சீக்கிரமே திகட்டிப்போயின. வழி வழியாக அரசர்களின் பத்தினிகள் உலவிவந்த அந்தப்புரத்தில், தான் கொண்டுவந்து வைத்திருப்பது ஒரு காட்டாறு என்று உணராதது அவனுடைய பிசகுதான். சரசங்களில் லயித்துப் போயிருந்தானேயல்லாது அவளிடம் எழுந்த வேட்கை வரம்புகளைக் கடந்து பரவக்கூடியது என்பதை அறிந்தானில்லை. அவளுடைய பாடல் சரீரத்திலிருந்து எழுந்தது என்பதையும் அவள் அவனிடம் வேண்டிநின்றது பரவசத்தையல்ல, வலியை என்பதையும் அவன் உணரத் தவறிவிட்டதன் விளைவு, அவள் வேறு ஆடவர்களுடன் நாட்டம் கொள்பவளானாள்.

மரகதம் போன்று ஒளி வீசும் பத்துக் கிளிகளை அரசன் அவளுக்காகப் பரிசளித்திருந்தான். அந்தக் கிளிகளைக் கொடிகளாலான ஒரு அழகிய கூண்டுசெய்து தனது சயன அறையில் வளர்த்து வந்தாள் அவள். அவற்றில் இரண்டைக் கொன்று எறிந்துவிட்டு அதற்குப் பதிலாக இரண்டு படைவீரர்களைக் கிளிகளாக்கிக் கூண்டுக்குள் வைத்துக்கொண்டாள். தான் விரும்பியபோதெல்லாம் அவர்களை மானுடர்களாக்கிக் கூடிக் களித்து வருவது நடந்தது.

அரண்மனையின் பாதுகாப்போ கிழட்டு மந்திரியின் கையில். அவருடைய உளவாளிகளின் கண்கள் அரண்மனைக்குள் எங்கும் நீண்டு உளவு பார்த்துவந்ததை அரண்மனைக்குப் புதியவளான ராணி அறிந்துகொள்ளாதது அவளுடைய துரதிஷ்டம் என்றுதான் சொல்லவேண்டும்.

செத்து விறைத்துப்போயிருந்த கிளிகள் இரண்டும் மந்திரிக்கு முன்னால் வைக்கப்பட்டிருந்தன. அந்தப்புர மதில்சுவருக்கு வெளியே கிடைத்ததாகச் சொல்லி உளவாளிகளில் ஒருவன் அவற்றைக் கொண்டுவந்து அவரிடம் சேர்த்திருந்தான். விசாரித்ததில் கிளிகள் இரண்டும் அரசன் ராணிக்குப் பரிசாகக் கொடுத்தவை என்பது அவருக்குத் தெரியவந்தது. அந்தப்புரத்தில் வளரும் கிளிகளைக் கணக்கிட்டு வரும்படி ஆளனுப்பினார். திரும்பி வந்தவனோ எல்லாக் கிளிகளுமே கூண்டில் பத்திரமாக இருக்கிறதென்று சொன்னான். கண்களை மூடி யோசனை பண்ணிப்பார்த்தமந்திரி சூட்சுமம் புரிந்து சிரித்தார். அவருக்குப் புரிந்துவிட்டது, அவளுடைய காதல் பாடல்களுக்குச் செவியை அறுத்துக் கொடுத்துவிட்ட அரசனுக்கு எங்ஙனம் புரியவைப்பது? அதனால் அவளுடைய சதியைத்தானே தகர்த்தெறிவது என்ற முடிவுக்கு வந்தார்.

மந்திரியின் உத்தரவுப்படி ஏவலன் வந்து கிளிகளைக் கணக்கிட்டதுமே ராணிக்கு விளங்கிவிட்டது. சற்றே கலக்க மடைந்தாள். விபரீதம் உணராமல் கொன்ற கிளிகளை வெளியே ஏன் எறிந்தோம் என்று தன்னையே நொந்துகொண்டாள். அந்தப்புரத்துத் தோட்டத்திலேயே

மண்ணில் போட்டுப் புதைத்துவிட்டிருக்கலாம். தன்னுடைய துரோகம் அரசனுக்குத் தெரியவருமானால் நிகழப்போகும் பின்விளைவுகள் என்னவோ என்று அச்சம் கொண்டாள். சிறிது நேரத்திலேயே இந்த அச்சம் அவளைவிட்டு அகன்றது. தன்னைச் சுதாரித்துக்கொண்டுவிட்டாள்.

அந்தி மங்கிய நேரத்தில் அரசன் அந்தப்புரத்திற்கு வந்தான். வழக்கமாக அவனை வரவேற்கும் பாடலை அவள் பாடவில்லை. பேசிய இரண்டு மூன்று வார்த்தைகள்கூட உற்சாகமில்லாமல் வெளிவந்ததைக் கண்ட அரசன் அவளிடம் சொன்னான், "உன்னுடைய வருத்தம் எனக்குப் புரிகிறது கண்ணே. உனக்கு நான் அன்புடன் பரிசளித்த கிளிகள் பிரச்சனைக்குரியவையாக மாறுமென்று யார் எதிர்பார்த்திருக்க முடியும்? அந்நிய நாட்டு உளவாளிகள் கிளிகளாக உருமாறி கூண்டுக்குள் பதுங்கியிருப்பதாக மந்திரி சந்தேகப்படுகிறார். இது நாட்டின் பாதுகாப்புக்கே வந்திருக்கும் அச்சுறுத்தல் அல்லவா? அதனால்தான் அவற்றைக் கண்டுபிடித்துக் கொன்றுவிடும்படி மந்திரிக்கு உத்தரவு வழங்கிவிட்டு வந்திருக்கிறேன். உன்னதமான நம் காதலை முன்னிட்டு என்னை நீ மன்னிக்க வேண்டும். அந்தக் கிளிகளுக்குப் பதிலாக வேறு கிளிகளை உனக்கு வாங்கித் தந்துவிடுகிறேன்" என்றான்.

"வினோதமாகத்தான் இருக்கிறது மந்திரியின் சந்தேகம். அந்தப்புரத்தில், அதிலும் நம் சயன அறையில் இப்படி ஒரு சதி நடக்குமென்று நீங்கள் நம்புகிறீர்களா?" என்று கேட்டாள் ராணி.

"அதற்கு வாய்ப்பு இல்லைதான், இருந்தாலும் மந்திரி ஆதாரமில்லாமல் சந்தேகப்படமாட்டார். அதிலும் என் அன்புக் கண்ணாட்டிக்குப் பரிசளித்த கிளிகள்மேல் அவருக்கென்ன விரோதம் இருக்கப்போகிறது சொல்" என்று சொல்லி அவளைத் தழுவினான்.

தனது புகைச்சலை மறைத்தபடியே அவனைப் பார்த்துப் புன்னகைத்தாள் ராணி. ஆனால் முன்பு அவளிடம் இருந்த உற்சாகத்தைக் காணாத அரசன், "இன்னும் என்ன வருத்தம் ராணி? கிளிகளைக் கொல்லப்போகிறார்களே என்றா? எனக்கு மட்டும் வருத்தமில்லையா என்ன? அதிலும் கிளி நமது நாட்டின் தேசியச் சின்னமாயிற்றே. ஆனால் கொல்லப்பட இருக்கும் கிளிகள் அந்நிய நாட்டு உளவாளிகள்தானே?"

"அப்படியிருந்தால் எனக்கென்ன ஆட்சேபனை இருக்கப் போகிறது அரசே? ஆனால் இந்தச் சந்தேகம் விபரீத விளைவுகளில் கொண்டுபோய் விட்டுவிடக்கூடாதே என்பதுதான் என் கவலை."

"விபரீதமாக முடியுமளவுக்கு இதில் என்ன இருக்கிறது?"

"கொல்லப்பட்டது உளவாளிகள் இல்லை, உண்மையான கிளிகள்தான் என்று ஆகுமானால் நாட்டின் தேசியச் சின்னத்தை அரசனே அவமானப்படுத்திவிட்டதாக மக்கள் கலகம் செய்யக் கூடுமில்லையா?"

“நீ சொல்வது சரிதான். ஆனால் மந்திரி அனுபவமிக்கவர். எல்லாவற்றையும் சரியாகவே அவர் செய்வார், உனக்குக் கவலை வேண்டாம். ஆமாம் எப்படி இவ்வளவு சீக்கிரத்தில் இந்த ராஜாங்க விஷயங்களைப் புரிந்துகொண்டாய்?” என்று சொல்லி அவளை ஆலிங்கனம் செய்தான்.

அவள் சொன்னாள், “மந்திரியை அளவுக்கதிகமாகவே நீங்கள் நம்புகிறீர்கள்.”

இந்தக் குற்றச்சாட்டை அவன் காதிலேயே வாங்கிக்கொள்ளாமல் அவளைச் சுகிப்பதில் மூழ்கினான். அவனுடைய விளையாட்டை அனுமதித்துக்கொண்டே மந்திரியின் சதியை முறியடிக்க மனசுக்குள் சூட்சுமம் வரைந்துகொண்டிருந்தாள் அவள்.

ஆலோசனை மண்டபத்தில் மந்திரியுடன் சம்பாஷனையில் இருந்த அரசனிடம் ஒரு சேவகன் வந்து சொன்னான், “அரசே, தங்களைக் காண ஒரு வில்லாளன் வந்திருக்கிறான்.”

“உள்ளே வரச்சொல்” என்றவன் ஏதோ யோசனை தெளிந்தவனாக, “வேண்டாம் வேண்டாம் தோட்டத்துக்கே அழைத்துச் செல். நாங்கள் அங்கு வந்துவிடுகிறோம்” என்று சொல்லிவிட்டு மந்திரியைப் பார்த்தான். மந்திரியும் தனது புன்சிரிப்பால் அரசனின் யோசனையை ஆமோதித்தார். ஆழ்ந்த ஞானமும் மதிநுட்பமும் வாய்ந்த மந்திரியின் மேற்பார்வையில் காரியங்களையாற்ற அரசன் முயன்று கொண்டிருந்தான். தனது முன்யோசனையில்லாத திட்டங்கள் தோல்விகண்டதால் அவன் சற்றே சுதாரித்துக்கொண்டுவிட்டான். அச்சிக்கல்களிலிருந்து மீள்வதற்கு மந்திரியையே அவன் நம்பினான்.

வில்லாளனின் கண்களைக்கட்டி ரகசியப் பாதையின் வழியாக அந்தப்புரத்துக்குக் கூட்டிவந்தான் அந்த சேவகன். கண்கட்டு அவிழ்க்கப்பட்டதும் பளிச்சிட்டத் தோட்டத்தின் வனப்பு அவனை மயக்கியது. ஒரு காட்டின் தன்மை அங்கே குடிகொண்டிருந்ததைக் கண்டு வியந்தான்.

அரசனும் மந்திரியும் அங்கு வந்துசேர்ந்தார்கள். வில்லாளன் அவர்களை வணங்கி நின்றான்.

“மந்திரியார் சொன்ன வில்லாளன் நீதானா?” என்று கேட்டான் அரசன்.

“ஆம், எஜமானே! தங்களுடைய உத்தரவுப்படி அந்த வேடதாரிக் கிளிகளை இனம்கண்டு கொல்வதற்கு வந்திருக்கிறேன்” என்றான் வில்லாளன். கிளிக்கூண்டை எடுத்துவரும்படி ஒரு சேவகனை அனுப்பியிருந்தார் மந்திரி. கூண்டு வந்து சேர்ந்தது. கூண்டில் நிலைகுலைவு ஏற்பட்டதால் கிளிகள் படபடத்து ஆர்ப்பாட்டம்

செய்தன. கூண்டைக் கொடுத்தனுப்பிவிட்டு நடக்க இருப்பவற்றைக் காணும்பொருட்டுச் சாளரத்தின் வழியே கவனித்துக்கொண்டிருந்தாள் ராணி. தனது திட்டப்படியே எல்லாம் நடைபெற வேண்டுமென்று கடவுளை வேண்டிக்கொண்டாள்.

அரசன் சொன்னான், "வில்லாளனே! கிளிகள் நம்நாட்டின் தேசியச் சின்னம், அதேநேரத்தில் ராணியின் நேசத்துக்குரியவை. எங்களது..." மந்திரி குறுக்கிட்டுச் சொன்னார்.

"அரசே, இதையெல்லாம் இவனிடம் எதற்காக நாம் சொல்லிக்கொண்டிருக்க வேண்டும்?"

அரசனின் முகம் சிறுத்துவிட்டது. வில்லாளனைப் பார்த்து எரிச்சலுடன் சொன்னான், "ஏய் அற்பனே, எதற்காக உன்னை அழைத்து வந்திருக்கிறார்கள் என்பது உனக்குத் தெரியுமில்லையா? பேச்சைக் கேட்டுக்கொண்டு நிற்காதே. பேச்சைக் கேட்கும் நாய் வேட்டையைப் பிடிக்காது என்பார்கள். நீ எப்படி இந்தக் கிளிகளை வேட்டையாடப் போகிறாய்?" என்றவன் மந்திரியைப் பார்க்காமலேயே "சொன்னதைச் செய்" என்றான்.

கூண்டுக்குப் பக்கத்தில் போய்நின்ற வில்லாளன் அதைத் திறப்பதற்காகக் கையை வைத்தான். அரசன் பதற்றத்துடன் கேட்டான், "எதற்காகக் கூண்டைத் திறக்கிறாய்? எல்லாக் கிளிகளுமே பறந்து போய்விட்டால், என்ன செய்வது?"

"ஏஜமானே என்னை மன்னித்துவிடுங்கள். கூண்டுக்குள் இருக்கும் கிளிகளை என்னால் கொல்லமுடியாது."

"ஏன் முடியாது?" என்று சினத்துடன் கேட்டான் அரசன்.

"அப்படிக் கொல்வது தர்மமல்ல, கிளிகள் கூண்டுக்குள் இருந்தால் அவற்றை இனம் காண்பது கடினம்."

அரசன் ஏளனத்துடன் சிரித்தான்.

"கூண்டுக்குள் இருக்கும் கிளிகளையே உன்னால் இனம்கண்டு கொல்ல முடியாதென்றால், வான்வெளியில் பறக்கும் கிளிகளை எப்படிக் கொல்லப்போகிறாய்?"

"எஜமானே உங்களுக்குச் சந்தேகம் வேண்டாம். நிச்சயம் அவற்றை வேட்டையாட என்னால் முடியும். அப்படி முடியாவிட்டால் என் உயிரை இழக்கவும் நான் தயாராக இருக்கிறேன்" என்றான் வில்லாளன்.

மந்திரிக்கு ஏற்கனவே இதுகுறித்து ஞானம் உண்டாதலால் வில்லாளனை அவன் விருப்பப்படியே அனுமதிக்கும்படி அரசனைக் கேட்டுக்கொண்டார். அரசன் ஒப்புக்கொண்டான்.

கூண்டைத் திறந்துவிட்டதும் கிளிகள் எல்லாம் படபடத்துப் பறந்து சென்றன. தோட்டங்களின் ஊடே அவற்றை விரட்டிக்கொண்டு போனான் வில்லாளன். கிளிகளும் அவனும் மரங்களூடே மறைந்துபோனார்கள்.

அரசனும் மந்திரியும் அவனுடைய வருகைக்காக ஆவலுடன் காத்திருந்தார்கள். ராணியும்தான்.

சிறிதுநேரத்தில் அம்புகளால் தாக்கப்பட்ட மூன்று கிளிகளையும் கொண்டுவந்து அரசனுக்கு முன்னால் வைத்தான் வில்லாளன். பிறகு தன்னுடன் எடுத்துவந்திருந்த ஒரு பாத்திரத்தைத் திறந்து அதிலிருந்த தீர்த்தத்தை அள்ளி அவற்றின்மேல் தெளித்தான். தீர்த்தம்பட்ட மாத்திரத்திலேயே அம்மூன்று கிளிகளும் மூன்று மானுடப் பிண்டங்களாயின. அவற்றைக் கவனித்த மந்திரி அதிர்ச்சியில் மூர்ச்சையுற்றார். இரண்டு படை வீரர்களுடன் அவருடைய மகனும் அங்கே இறந்துகிடந்தான்.

ராணி சிரித்துக்கொண்டாள்.

மறுநாள் சதுக்க மைதானத்தில் மக்கள் கூடி நின்றிருந்தனர். அவர்களுக்கு நடுவே உயரமான பலிபீடத்தின்மேல் ஒரு பெண் பலியிடுவதற்குத் தயாராக நிறுத்தி வைக்கப்பட்டிருந்தாள். கூட்டம் கேலியும் கிண்டலுமாக அவளை வேடிக்கை பார்த்துக்கொண்டிருந்தது. சிலர் அனுதாபப்படவும் செய்தார்கள்.

"ராஜாங்க விஷயங்கள் என்றால் என்ன கிள்ளுக்கீரையா? மகா மேதாவிகளே அதைக் காப்பாற்றுவதற்கு எப்படியெல்லாம் திணறிக் கொண்டிருக்கிறார்கள். அதில்போய் சிக்கினால் தலைதப்புமா?"

உண்மையில் அங்கே பலியிடுவதற்காக நிறுத்திவைக்கப் பட்டிருந்தது பெண் அல்ல; அது ஒரு ஆண்தான்; பரிதாபத்துக்குரிய வில்லாளன்தான் அவன். ஒரு பெண்ணாக அலங்கரித்து அவனை அங்கே நிறுத்தி வைத்திருந்தார்கள். அவமானத்தில் குன்றிப்போய்க் கிடக்கிறான் அவன். ஒரு தவறும் செய்யாத தனக்கு ஏன் இந்தத் தண்டனை என்று அவன் மனம் குமுறிக்கொண்டிருந்தது.

மந்திரியின் வேண்டுகோளின்படி வில்லாளனுக்கு மரண தண்டனை கொடுத்த அரசனும் நிம்மதியாக இல்லை. எதுவும் தெளிவாகவில்லை அவனுக்கு. அந்நிய தேசத்து உளவாளிகள் கிளிகளாகி அந்தப்புரத்திற்குள் புகுந்துவிட்டார்கள் என்று மந்திரி சொன்னபோதே இந்தக் குழப்பம் அவனைப் பிடித்துக்கொண்டது. உளவாளிகளுடன் மந்திரியின் மகனும் கொல்லப்பட்டதுதான் இன்னும் அவனுக்குப் புரியாத புதிராக இருந்தது. பிள்ளையைப் பறிகொடுத்த துயரத்தில் இருக்கும் மந்திரிக்காக வேண்டியே இந்தத் தண்டனையை வில்லாளனுக்குக்

கொடுக்க நேர்ந்தது. மேலும் எல்லாக் கிளிகளும் பறிபோய்விட்ட வருத்தத்தில் இருக்கும் ராணிக்கு எப்படி ஆறுதல் சொல்வதென்றும் அவனுக்குத் தெரியவில்லை.

"மந்திரி ஏன் வில்லாளனைப் பெண்ணாக்கி, சிரச்சேதம் செய்யவேண்டுமென்று கேட்கிறார்? வில்லாளன் உண்மையிலேயே குற்றவாளிதானா?" என்றெல்லாம் அவன் யோசனை செய்துகொண்டிருந்தான். தனது உத்தரவுக்காகக் காத்திருக்கும் பலிபீடத்தையே அவன் நிம்மதியில்லாமல் பார்த்துக்கொண்டிருந்தான். இப்படியே காலம் கடத்த முடியாது; அவகாசம் நெருங்கிவிட்டது. உத்தரவிடுவதற்காக அவன் எழுந்தான். அப்போது அந்தப்புரத்திலிருந்து ஒரு கடிதத்தைக் கொண்டுவந்திருந்தான் சேவகன். ராணிதான் அந்த அவசரக் கடிதத்தை அனுப்பியிருந்தாள். 'கூண்டிலிருந்து பறந்துபோன பத்துக் கிளிகளும் திரும்பி வந்துவிட்டன. வில்லாளனை விடுதலை செய்யுங்கள்' என்று அதில் எழுதப்பட்டிருந்தது.

―――

ஆற்றோடு போனவன்

நான்கு வருஷங்களுக்கு முன்னால் ஒரு மழை நாளில் தொலைந்துபோய்விட்ட தன் மகனை அவள் திரும்பவும் திண்ணையில் காண்கிறாள் அல்லது அப்படி ஒரு கனவு மயக்கம் அவளை ஏமாற்றிவிட்டுச் செல்கிறது. சேவல் மூன்றாவதுமுறையாகக் கூவிய பின்புதான் தினமும் அவள் விழித்தெழுவாள். இன்று சேவல் கூவியமாதிரி தெரியவில்லை. ஒருவேளை அவளுடைய செவி விழித்துக்கொண்டபோது அதன் சப்தம் ஓய்ந்துவிட்டிருக்கலாம். கதவைத் தள்ளித் திறக்கிறாள். வெளியே சாம்பல் நிறப் பனி எல்லாவற்றையும் கோத்துத் தழுவிக்கொண்டிருக்கிறது. மரங்களெல்லாம் நின்ற வாக்கிலேயே தூங்கிக்கொண்டிருக்கின்றன. திண்ணையில் அவன் படுத்திருக்கிறான். வேட்டியை அவிழ்த்து கழுத்துவரைப் போர்த்திக்கொண்டு கால்களை மடக்கித் தூங்கிக்கொண்டிருக்கிறான். அவனுடைய தலைப் பக்கம் ஒரு மூட்டைகிடக்கிறது.

அந்த விடியற்காலையில் பனியானது எல்லாவற்றையுமே உறுதிப்படுத்த முடியாதவையாக ஆக்கிவிட்டிருந்ததால் 'அவன் நிஜமாகவே திரும்ப வந்துவிட்டானா?' என்று தன்னையே கேட்டுக்கொண்டாள். அல்லது 'வழக்கமான என் கனவுக் குழந்தையா?'

"சகாதேவா!" மெல்லக் குரல் கொடுத்துப் பார்க்கிறாள். எந்தச் சலனமும் இல்லாமல் ஆழ்ந்த உறக்கத்தின் பிடியில் அவன் படுத்துக்கிடந்தான். பக்கத்தில் உட்கார்ந்து அவனுடைய கால்களை மெல்ல வருடியதும் அவனுக்கு விழிப்புத் தட்டுகிறது.

சோர்வுடன் எழுந்து உட்கார்கிறான். 'உண்மையாகவே அவன் திரும்பிவிட்டான்' என்று தனக்குத்தானே உறுதி சொல்லிக்கொண்டாலும், பார்த்துக்கொண்டிருக்கும்போதே எலியாக உருமாறி வளைக்குள் ஓடி ஒளிந்துகொள்ளவோ, ஒரு பொன்வண்டைப்போலப் 'புர்'ரென்று பறந்துபோய்விடவோ கூடும் என்ற சந்தேகம் அவளைக் கலவரப்படுத்துகிறது. அவனுடைய கையைப் பற்றிக்கொள்கிறாள். அவனை விட்டுவிட்டு எங்கேயும் போய்விடக்கூடாது என்று தனக்குத்தானே உறுதி சொல்லிக்கொள்கிறாள்.

"எனக்குப் பசிக்குது" என்கிறான்.

நான்கு வருஷங்களுக்குப் பிறகு அவன் பேசுவது அவள் காதில் ஒலிக்கிறது.

இதோ அவன் பேசுகிறான். அவனுக்கு நல்ல பசி. 'கடைசியாக எப்போது சாப்பிட்டானோ' அவள் மனம் பதறுகிறது.

உள்ளே சென்று கஞ்சியை மையப்பிசைந்து ஒரு சொம்பில் ஊற்றிவந்து அவனிடம் கொடுக்கிறாள். அவனுடைய வறண்ட தொண்டையில் ஒரு நதியின் குளிர்ச்சியாக அது இறங்கியிருக்க வேண்டும். நெஞ்சின்மேல் கைவைத்துக்கொண்டு புத்துணர்ச்சி பெற்றவன்போல அவளைப் பார்க்கிறான்.

'கடவுளே! அவன் பேச்சு, பார்வை எல்லாமே மாறிவிட்டன. அவன் நன்றாக வளர்ந்துவிட்டான்.'

முன்பெல்லாம் தான் ஒரு மலைப்பாம்பைப் பெற்றெடுத்துவிட்டதாகவே அவளுக்குத் தோன்றும். அவனுடைய ஒவ்வொரு அசைவிலும் தடித்தனம் புகுந்துகொண்டிருக்கும். மற்ற குழந்தைகளைப் போல் அவன் இல்லை. பத்தாம் வகுப்பு படிக்கும்போது அவனுக்குப் பத்தொன்பது வயசு.

அவன் இறுதித் தேர்வு எழுதப்போன அன்று விடியற்காலையிலிருந்தே மழை பெய்யத் தொடங்கியிருந்தது. ஆற்றில் வெள்ளம் உயர்ந்துவிட்டால் என்ன செய்யப் போகிறானோ என்ற கவலையோடுதான் அவனை அனுப்பி வைத்தாள். அதுதான் கடைசியாக அவனைப் பார்த்தது.

அவனுடன் பரீட்சை எழுதப் போயிருந்த பையன்களில் சிலர் அவளிடம் வந்து சொன்னார்கள். பறக்கும் படையிடம் அவன் அகப்பட்டுக்கொண்டானாம். அவனுடைய ஜட்டிக்குள்ளிருந்து மனப்பாடச் செய்யுள்கள் எழுதப்பட்டிருந்த ஒரு காகிதத்தை அவர்கள் கைப்பற்றியிருக்கிறார்கள். ஆரம்பத்தில் அதை எடுத்துத் தர மறுத்துவிட்டானாம். சங்கடத்துக்குள்ளான அதிகாரிகள் ஒரு போலீஸ்காரரை உதவிக்கு அழைத்திருக்கிறார்கள். மிரட்டி, அடித்த பிறகும்கூட அவருக்கு முன்னால் பேசாமலேயே

நின்றிருந்தானாம். பலாத்காரத்துடனேயே அவர் அதை எடுத்திருக்கிறார். ஆத்திரமடைந்த அதிகாரிகள் அவனைப் பரீட்சை எழுதக்கூடாது என்று சொல்லி ஸ்கூலைவிட்டு வெளியே துரத்திவிட்டார்களாம். அப்போதுதான் அவனைக் கடைசியாகப் பார்த்ததாகப் பையன்கள் சொன்னார்கள். அன்று நகரத்துக்குப்போய் வந்த ஊர்க்காரர்களில் ஒருவர், அவன் வீடு திரும்பிக்கொண்டிருந்தபோது ஆற்றில் இறங்கி நடந்ததாகவும் மேல் வெள்ளத்தில் அவன் அடித்துச் செல்லப்பட்டதாகவும் சொன்னார். பலர் தடுத்தும் கேட்காமல் அவன் ஆற்றைக் கடக்க முயன்றானாம்.

ஊர்க்காரர்கள் சிலர் அவன் உடலைக் கரையெங்கும் தேடினார்கள். வெள்ளம் வடிந்தபிறகு பல நாட்கள் தேடுதல் வேட்டை தொடர்ந்தது. அப்போதும் அவன் உடல் கிடைக்கவேயில்லை. அவன் திரும்பவும் வரவில்லை.

அவன் இறந்துவிட்டிருப்பான் என்பதை அவள் நம்ப விரும்பவில்லை. அவள் தனக்குத்தானே உறுதி சொல்லிக்கொண்டாள், "எனக்குத் தெரியும் அவன் திரும்பவும் வருவான். அவனுடைய அய்யாவைப்போல அவனும் ஆற்றோடு கரைந்து போயிருக்கமாட்டான்.'

அடுப்புக்குமேலே மண் சுவரிலிருந்த செங்கற்களால் ஆன சிறிய ஜன்னலின்வழியே நுழைந்த காலைச் சூரியனின் சாய்ந்த கிரணம் அவனுடைய பாதங்களைப் பொன்போல மின்னச் செய்தது. அடுப்பில் விறகைத் தள்ளிவிட்டபடி அவள் உட்கார்ந்திருக்கிறாள். ஒளிக் கம்பத்தில் மிதந்த தூசிகளையே வெறித்தபடி இருக்கிறான். அவனுடைய முகத்தில் அமைதி இல்லை.

"அய்யா கடைசியாக ஒரு நாற்காலி செய்துகொண்டிருந்தாராமே..."

வியப்புடன் அவனைப் பார்க்கிறாள்.

"உனக்கு யார் சொன்னது?"

அவன் பதில் சொல்லவில்லை.

"பட்டறையில பரண்மேலே கெடக்கும். அது உபயோகப்படாது. கீழ பலகை அடிக்கல இன்னும்" என்றாள்.

பரணுக்குள் இருளும் தூசியும் அப்பிக்கிடக்கின்றன. மூக்கைத் துளைத்து உள்நுழைந்த தூசியில் காலத்தின் நெடிதெரிகிறது. இருபது வருஷங்கள் இருளையே சுவாசித்து வாழ்ந்த பொருள்களெல்லாம் அவனுடைய கைப்பட்டதும் மிரள்வதுபோலத் தென்படுகின்றன. அங்கே கிடந்த சாமான்களிலேயே கொஞ்சம் பெரியதாகக் கிடந்த அதைக் கண்டுபிடிப்பது ஒன்றும் சிரமமாக இல்லை.

கைகால்களிளெல்லாம் கறுத்த தூசிகளை அப்பிக்கொண்டு நாற்காலியைக் கீழே இறக்கிக்கொண்டு வருவதைக் குழப்பத்துடன் பார்த்தபடி நிற்கிறாள் அவள்.

அவன் தன்னுடன் கொண்டுவந்திருந்த மூட்டையைப் பிரித்து தச்சுச் சாமான்களை எடுத்து வைத்தான். அவள் ஆச்சரியத்துடன் கேட்கிறாள், "இந்த வேலை உனக்கெப்படி தெரியும்?"

அவளுக்குப் பதில் சொல்ல அவசியமில்லாதவன் போலப் பரணிலிருந்து ஒரு பலகையையும் தேடி எடுத்துக்கொண்டு கீழே இறங்கி வந்தான். அது இன்னும் ஒழுங்கு செய்யப்பட்டிருக்கவில்லை. அவனுடைய தலையில் பூக்களைப் போல ஒட்டடை படிந்திருந்தது. அதை எடுத்துவிட்டுக்கொண்டே அவள் கேட்டாள், "நீ எங்க போயிருந்தே? இவ்வளவு நாள் எங்க இருந்த? இங்க சிலபேரு சொன்னாங்க, ஆத்து வெள்ளம் உன்னை அடிச்சிகிட்டுப் போய்ட்டதா."

"ஆமாம். ஆத்து வெள்ளம்தான் அடிச்சிகிட்டுப் போச்சி."

"அப்புறம்?"

பலகையை ஒழுங்குபடுத்துவதிலேயே அவனுடைய முழு கவனம் இருந்தது. அவன் சொன்னான், "நான் கண் விழிச்சபோது மரத்தாலான ஒரு சின்ன வீட்டில் இருந்தேன். அந்த மரங்களெல்லாம் சுடுகாட்டுச் சிதையிலிருந்து எடுத்ததாக இருக்க வேண்டும். எல்லாம் பாதி எரிந்துபோன கட்டைகள். அது சுடுகாடுதான். அங்கதான் அந்த வீடு இருந்தது."

பலகையின் மேற்பரப்பை இழைத்து முடிக்கையில் வியப்புடன் அவனைப் பார்த்தாள். அவனுடைய வேலையில் வெகுகாலம் பழகியது போன்ற நேர்த்தியிருந்தது.

"அந்த வீட்லதான் ஒரு மனுஷன் இருந்தார். அவர்தான் என்னக் காப்பாத்தி இருக்கணும். அவருக்குக் கறுத்த உடம்பு, கொஞ்சம் எடுப்பான பல்லு. ஒரு நாலு மொழ காடாவை இடுப்பில் சுற்றிக்கொண்டிருந்தார்."

"உண்மையா அவர் யாருன்னு உனக்குத் தெரியலையா?"

அவள் தனது ஆவலையும் வெட்கத்தையும் மறைக்க முயன்றாள்.

"நான் அவர்கிட்ட எதுவும் கேட்கல. அவரும் சொல்லல."

"என்னப்பத்தி ஏதாவது கேட்டாரா?" அவள் நெகிழ்ந்து போயிருந்தாள்.

பலகையின் நீளத்தைக் குறைப்பதில் முனைந்திருந்தானே யொழிய அவளுடைய கேள்விக்கு உடனே அவன் பதில் சொல்லவில்லை.

ஒரு நாள் அவர் கேட்டார்: "என்னைப் பற்றி ஏதாவது உனக்கு ஞாபகம் இருக்கா?" என்று. நான் சொன்னேன், "ஒரு நாள் பட்டறையில் உங்களுக்கு எதிரே உட்கார்ந்து நீங்கள் மரப் பலகையில் பூக்கள் செதுக்குவதை வேடிக்கை பார்த்துக்கொண்டிருந்தேன். ஒரு எலியானது அப்போதுதான் உங்களுடைய கோவணத்துக்குள்ளிருந்து வெளிவந்து எட்டிப் பார்த்தது. நான் சிரித்தேன். என்னை விரட்டினார்கள்."

"இங்கே என்ன நடந்ததுன்னு அவர் கேட்கவே இல்லையா?"

'இல்லை' என்று தலையாட்டினான்.

"நீயாவது சொல்லியிருக்கலாமே..."

"எதை?"

"உங்களுடைய சாவுக்கு அம்மாதான் காரணமுன்னு ஊர்க்காரங்க சொல்றாங்க. குடிச்சிட்டு வந்து நீங்க அவளை அடிச்சதனால ஆத்திரம் தாளாம உங்களுடைய விரையைப் பிடிச்சி நசுக்கி தூக்கில் மாட்டிட்டதாப் பழி சொல்றாங்க. நீங்க தூக்கில தொங்கின கயிறு இன்னும் உத்திரத்திலேயேதான் தொங்கிக்கிட்டிருக்கு. அம்மா இன்னும் அதை அவிழ்க்காம அப்படியே வச்சிருக்கா..."

"இதையெல்லாம் எதுக்கு நான் சொல்லணும்?" என்று கோபமாக இடையீடு செய்தான்.

ஒரு வாழை மரம் முறிவதுபோல அவள் கீழே உட்கார்ந்தாள். இது நாள் வரை அவளைத் தாங்கியிருந்த பலமெல்லாம் சட்டென்று வற்றிப்போய்விட்ட மாதிரி இருந்தது அவளுக்கு.

அவன் சொன்னான், "அவர் என்கிட்ட குலாவிக்கிட்டிருந்ததா நெனப்பா உனக்கு? அவர் சதா காலமும் உபயோகமற்ற பெரிய நாற்காலியைப் பிடித்துத்தான் தொங்கிக்கொண்டிருந்தார். அவ்வளவு பெரிய நாற்காலியை எப்படியாவது செய்து முடிக்கணுமாம் அவருக்கு."

'அங்கே போய்க்கூட இதே வேலைதானா? என்ன மனுஷன்' என்று அவள் முணுமுணுத்தாள்.

"இந்தக் கூரையை முட்டும் உயரம் இருக்கும் அந்த நாற்காலி. சாவறதுக்கு முன்ன யார்கிட்டயோ செய்து கொடுக்கிறேன்னு வாக்கு கொடுத்திருந்தாராம். சீக்கிரம் அவன் இங்க வந்துடுவான்.

அதற்குள்ள எப்படியாவது செய்து முடிக்கணும்னு சொல்லிக்கொண்டிருந்தார், சதா அதே சிந்தனைதான்."

"ஆமாம்" என்றாள் ஆழ்ந்த ஒப்புதலுடன். மேலும் சொன்னாள், "அவ்வளவு கஷ்டப்பட்டு யாரும் செய்யமாட்டாங்க."

அவன் கேட்டான், "எல்லாச் சாமான்களையும் மூட்டையாக் கட்டி ஆத்துல தூக்கிப் போட்ரப்போறேன்னு சொன்னயாமே நீ"

அவளுடைய முகம் சோர்ந்துவிட்டது.

பலகை இன்னும் நாற்காலியுடன் பொருந்திவரவில்லை. நூல் கணக்கில் அதைக் குறைத்துக்கொண்டிருந்தான். தனக்குள் பேசிக்கொள்வதுபோல அவன் சொன்னான், 'ஒரு நாள் அவரைத் திட்டிட்டேன். இது என்ன பைத்தியக்காரத்தனம்? இவ்வளவு பெரிய நாற்காலி செய்யிறீங்களே இதல உட்காரக்கூடிய அளவுக்கு அவன்கிட்ட சூத்து இருக்கான்னு.' அவருக்குப் பயங்கரக் கோபம் வந்திடுச்சி. 'உங்கம்மா உருப்படியில்லாத ஒன்னைத்தான் பெத்து வளர்த்திருக்கா'ன்னு சொல்லிட்டு எழுந்து ஆத்த ஒட்டியமாதிரி நடந்துபோனார். அப்ப போனவர்தான், திரும்ப வரவேயில்லை. ஆற்றுப் போக்கிலேயே அவரைத் தேடித்தேடிச் சலிச்சுப் போச்சி.

ஆணிகளின் உதவியுடன் பலகையைக் கச்சிதமாக இணைத்தான். கீழ்ப்பக்கமாகத் தட்டிப் பிடிப்பைப் பரிசோதித்தான். அவள் பெரும் துக்கத்தைச் சுமந்துகொண்டு முந்தானையால் நாற்காலியின் மேல் படிந்திருந்த தூசிகளைத் தட்டிவிட்டாள். அவனோ யோசனையில் மூழ்கியவனாக எட்டி நின்று ஒருமுறை நாற்காலியைப் பார்த்துவிட்டு "கொஞ்சம் தண்ணி கொண்டா" என்றான். அவள் தண்ணீர் கொண்டுவர உள்ளே சென்றாள். முதன்முதலாக அந்த நாற்காலியில் தன்னை உட்காரச் சொல்வானென்று ஏனோ ஒரு எதிர்பார்ப்பு அவளுக்குள் எழுந்தது. தண்ணீருடன் அவள் திரும்பிவந்து பார்க்கையில் பட்டறையில் இருட்டு மட்டுமே எஞ்சி நின்றது. பதற்றத்துடன் இருளை துழாவிச் சென்றவளின் கைகளுக்கு அவனோ அந்த நாற்காலியோ தட்டுப்படவில்லை; அந்தத் தூக்குக்கயிறுதான் தட்டுப்பட்டது.

'கடவுளே திரும்பவும் அவனை ஏன் அழைத்துக்கொண்டாய்?' என்று தரையில் விழுந்து புரண்டாள்.

விலகாது நின்றிருந்த பனியில் மரங்கள், பட்சிகளெல்லாம் விழிப்புற்று எழுந்தன. சூரியனின் கிரணங்கள் உக்கிரம்பெற்றுக் காயத் தொடங்கிவிட்டன. ஏனோ அவள் மட்டும் வெளிவரவில்லை.

அதிர்ஷ்டமற்றப் பயணி

நகரத்தைத் தாண்டி வெகுதொலைவுக்கு வந்துவிட்டிருந்தது பேருந்து. அதுவரை என் கவனமெல்லாம் அருகில் தெரிந்த மலைகளின் மேலேயே இருந்தது. பயணத்தின் வெகுதொலைவுவரை அவை காணக்கிடைக்கும் என்ற ஆறுதலூட்டும்படி மலை நீண்டிருந்தது. அப்போது பேருந்துப் பயணத்தின் சீரான இயக்கத்தில் தடங்கல் உண்டாகும்படி ஏதோ நடந்துகொண்டிருப்பதை உணர்ந்து திரும்புகையில், என் இருக்கைக்கு நான்கைந்து இருக்கைக்கு முன்னே நடத்துநர் ஒரு பயணியிடம் எதுவோ விசாரித்துக் கொண்டிருந்ததைப் பார்த்தேன்.

“இப்ப டிக்கட் வாங்கப்போறயா, இறக்கிவிடட்டுமா?” என்று அவர் கேட்டுக்கொண்டிருந்தார்.

அவர் யாரை நோக்கி இந்தக் கேள்வியைத் தொடுத்தார் என்பது முதலில் தெரியவில்லை. அதற்கு வாய்ப்பேற்படுத்தும்படி பிரச்சனைக்குரிய பயணி இப்போது எழுந்து நின்றுகொண்டார். அவருக்கு ஐம்பது வயதிருக்கலாம். முகத்தில் லேசான தாடி. வறுமையின் சுவடு எதுவும் அவரிடம் காணப்படவில்லை. ஏமாற்றுக்காரர் போலவும் தெரியவில்லை. பணத்தை எங்கேயாவது தொலைத்துவிட்டு எப்படியாவது சமாளித்துக்கொள்ளலாம் என்று நினைத்து பேருந்தில் ஏறிவிட்டிருக்கலாம்.

“நான் எதற்காக டிக்கட் வாங்க வேண்டும்?” என்று நடத்துநரிடம் அவர் கேட்டர்.

எகத்தாளமாக இல்லாமல் சாதாரணமாகத்தான் அவர் கேட்டார்.

‘இது என்ன கேள்வி?’ என்பதுபோல எல்லோரும் வியப்புடன் அவரைப் பார்த்தார்கள். சில கேள்விகள் சாதாரணமாகத் தோன்றினாலும் ஆச்சரியப்படுத்துபவையாகத்தான் இருக்கின்றன. ஏதோ ஒரு புதிதான ஒன்றைப் பெறுவதற்காக வெட்டவெளியை நோக்கி வலை வீசுகின்றன. சம்பத்தைப்போல அவர் அடிப்படையான கேள்விகளில் உழல்பவராக இருக்கலாம். (‘இடைவெளி’ சம்பத்தைத் தான் சொல்கிறேன்.)

இந்தக் கேள்வி நடத்துநரை ஆத்திரப்படுத்தியது.

“இது என்ன உங்கப்பன்வீட்டு பஸ்ஸுன்னு நெனைச்சியா? இந்த லொல்லெல்லாம் எங்கிட்ட வச்சிக்காதே, குடிச்சிட்டு வந்து கலாட்டா பண்றயா?”

அவர் குடித்திருப்பதுபோலத் தெரியவில்லை.

அவர் சொன்னார்: “கலாட்டவெல்லாம் பண்ண வரல, நிஜமாகவே நான் டிக்கட் வாங்க வேண்டுமா என்று எனக்குத் தெரியவில்லை. ஒருவேளை அவருக்குத் தெரிந்திருக்குமென்று நினைக்கிறேன்.”

“யாருக்கு?”

பின்னால் திரும்பி ஆட்களை நோட்டம்விட்டவர், ‘அவர்தான்’ என்று நானிருந்த திசையில் கையைக் காட்டினார்.

“யாரு அந்த நீலக்கலர் சட்ட போட்டிருக்கிறாரே அவரா?”

“அவருக்குப் பக்கத்தில தாடி வச்சிருக்கிறாரே அவரு.”

‘என்னைத்தான் அவர் சுட்டிக்காட்டினார். நான் பயந்து போனேன். என்னை ஏன் இப்படி வேண்டாத சிக்கலில் மாட்டிவைக்க வேண்டும்?’

“அவர எதுக்காகக் கேட்கணுங்கிற? டிக்கட் எடுன்னா எடுக்கவேண்டியதுதானே.”

“தயவுசெய்து என்னை மன்னிக்கவேண்டும், இந்த விஷயம் அவருக்குத்தான் தெரியும்.”

நடத்துநர் என்னைத் திரும்பிப் பார்த்தார். நான் சங்கடத்துடன் நெளிவதை அவர் புரிந்துகொண்டிருக்க வேண்டும்.

“அவரென்ன உன்கூட வந்தவரா?” என்று அந்த ஆளையே கேட்டார்.

“ஆமாம், அவர்தான் என்னை அழைத்து வந்திருக்கிறார்” என்றவர் என் பக்கம் திரும்பி “சார், நான் டிக்கட் எடுக்க வேண்டுமா?” என்று கேட்டார்.

இந்தக் கேள்வியை எதற்காக என்னைக் கேட்க வேண்டும், இந்த ஆளுக்கென்ன பைத்தியமா?

ஏதாவது பதில் சொல்லவேண்டிய கட்டாயத்தில் இருந்ததாலும், இத்துடன் இந்தப் பிரச்சனை ஒரு முடிவுக்கு வந்தால் நன்றாக இருக்கும் என்பதாலும் “ஆமாம், டிக்கட் எடுக்க வேண்டும்” என்றேன்.

“அப்படியானால் எனக்கும் நீங்கள்தானே டிக்கட் எடுக்க வேண்டும்?” என்று அவர் கேட்டார். நான் அதிர்ந்து போனேன்.

ஓட்டுநர் அவ்வப்போது திரும்பிப்பார்த்துச் சிரித்துக்கொண்டே பேருந்தை ஓட்டிக்கொண்டிருந்தார். அவருக்கு இதெல்லாம் வேடிக்கையாகத் தெரிந்திருக்க வேண்டும். என் சகபயணிகளுக்கு இப்போது நானும் ஒரு வேடிக்கைப் பொருள்போல ஆகிவிட்டதை உணரமுடிந்தது. சிலர் என்மேல் பரிதாபப்பட்டிருக்கலாம், சிலர் என்னைத் துரோகியாகவும் நினைத்திருக்கக்கூடும். உடன் அழைத்துக்கொண்டு வந்துவிட்டு இப்படிக் கஞ்சத்தனம் செய்கிறானே என்று.

அவர் எதோ சதியுடன் செயல்படுவதாகப் புரிந்துகொண்ட நான் அதிலிருந்து விடுபடுவதற்கான எத்தனங்களைச் செய்ய முயன்றேன்.

“நீங்கள் யாரென்றே தெரியவில்லை, எதற்காக உங்களுக்கு நான் டிக்கட் எடுக்க வேண்டும்? ஏன் வீணாக என்னைத் தொந்தரவு செய்கிறீர்கள்” என்று கேட்டேன்.

“என்னைத் தெரியவில்லையா?” அவர் வருத்தத்துடன் கேட்டார்.

இவ்விதமான கேள்வி எனது நிலைமையை இன்னும் மோசமாக்கியது. இப்போதுதான் முதன்முதலாக அவரைப் பார்க்கிறேன். பத்துரூபாய் டிக்கட்டுக்காகத் தெரிந்த ஒரு மனிதரைத் தெரியாததுபோலக் காட்டிக்கொள்ளக்கூடிய அளவுக்கு சுயநலம்கொண்ட மனிதனா நான்? எப்படி இதை மற்றவர்களுக்குப் புரியவைப்பது?

திரும்பவும் அவர் கேட்டார்,

“நிஜமாகவே உங்களுக்கு என்னைத் தெரியவில்லையா?”

“ஆமாம், தெரியவில்லை” என்றேன்.

அவர் சிரித்தார். அதில் வருத்தம் கலந்திருப்பதுபோலத்தான் இருந்தது. ஒரு டிக்கட் விஷயத்திற்காகச் சகமனிதர்களை இப்படிக்கூடச் சங்கடத்திற்குள்ளாக்கி காரியம் சாதித்துக்கொள்ளக்கூடிய மனிதரா இவர்?

அவர் கேட்டார், "என்னை ஏன் தெரியாததுபோல நடந்து கொள்கிறீர்கள் என்று தெரியவில்லை. நீங்கள் யாரென்று நான் சொன்னாலாவது நம்புவீர்களா?"

சந்தேகமில்லை அவர் ஏதோ திட்டத்துடன்தான் வந்திருக்கிறார்.

"நீங்கள்தானே ஜீ.முருகன்? நீங்கள் ஒரு எழுத்தாளர். இதுவரை உங்களது இரண்டு புத்தகங்கள் வெளிவந்திருக்கின்றன. நாவல் ஒன்றும் சிறுகதைத் தொகுப்பு ஒன்றும்."

நான் அதிர்ந்துபோனேன். ஆமாம், அவருக்கு என்னைத் தெரிந்திருக்கிறது, சந்தேகமில்லை. அவரிடமிருந்து இனி நான் தப்பிக்க முடியாது. ஏதோ ஒரு விதத்தில் சம்பந்தப்பட்டிருக்கிறோம். போர்ஹேவைப் போல நிச்சயம் இன்னொரு வயதான நானாக அது இருக்க முடியாது (போர்ஹேவைத் தெரியுமில்லையா உங்களுக்கு). என்னுடைய முகத்திற்கும் அவருடைய முகத்திற்கும் சம்பந்தமேயில்லை. அந்த ஆள் நல்ல கறுத்த நிறம். கேசத்திலிருந்து தொங்கும் தேன்கூடு போன்ற வடிவத்தில் முகம். மேலும் என்னுடைய கடந்தகாலம் மட்டுந்தான் இவருக்குத் தெரிந்திருக்கிறது. இனிவரும் காலத்தில் நான் எழுதப்போகும் புத்தகங்களைப் பற்றியோ நான் ஆகப்போகும் விதம்பற்றியோ இவர் ஒன்றும் சொல்லவில்லை.

ஒருவேளை இவர் எனது வாசகராக இருக்கலாம். ஆனால் என்னுடைய பிரபல்யத்தைப் பற்றி எனக்கே தெரிந்திருக்கையில் இது எவ்வளவு மடத்தனமான எதிர்பார்ப்பு. அப்படி எதுவும் நடக்க வாய்ப்பே இல்லை.

நான் கேட்டேன்,

"உண்மைதான், உங்களுக்கு என்னை நன்றாகத் தெரிந்திருக்கிறது. ஆனால் உங்களை யாரென்று தெரியவில்லையே."

"என்னைத் தெரியவில்லையா?" வியப்புடன் அவர் கேட்டார்.

நான் என்ன சொல்வது? ஏதோ ஒரு விபரீதம் வெளிவரப் போகிறது என்று அச்சத்துடன் அவரைப் பார்த்துக்கொண்டிருந்தேன்.

"நீங்கள் இப்போது எழுதிக்கொண்டிருக்கும் 'அதிர்ஷ்டமற்ற பயணி' கதையின் பிரதான கதாப்பாத்திரம்தானே நான்? இந்தப் பேருந்தில் பயணம் செய்வதற்கு நீங்கள்தானே அழைத்து வந்திருக்கிறீர்கள்?" என்று அவர் கேட்டார்.

அப்போதுதான் எனக்கு விளங்கிற்று. இந்தக் குதர்க்க விளையாட்டுக்குள்தான் நான் சிக்கிக்கொண்டிருக்கிறேன் என்று.

தர்க்கப்படி அவர் சொல்வதும் சரிதான். நான்தான் அவருக்கு டிக்கட் எடுத்திருக்க வேண்டும். ஆனால் பஸ்ஸில் பயணிக்கும் கதாபாத்திரங்களுக்கெல்லாம் டிக்கட் வாங்க வேண்டுமென்றால் எந்த எழுத்தாளனும் கதையில் அவர்களை நடக்க வைத்தே அல்லவா கூட்டிக்கொண்டு போவான். இன்றைக்குப் பார்த்து என் நிலைமை வேறு சரியில்லை. என்னிடம் இப்போது ஒரு குவாட்டருக்கு மட்டும்தான் பணம் இருக்கிறது. அங்கே நண்பர்கள் எனக்காகக் காத்திருப்பார்கள். அவர்களுடைய பொருளாதார நிலை எப்படியிருக்கிறதோ தெரியவில்லை. இந்த அழகில் இவருக்கு நான் டிக்கட் எடுக்க வேண்டுமாம்.

அவர் சொன்னார்,

"உங்கள் உதாசீனம், உண்மையாகவே என்னை வருந்தச் செய்கிறது. ஒரு மனிதனின் எதார்த்த இருத்தலைப் பற்றியோ அவனுடைய துயரமிகு மனோபாவத்தைப் பற்றியோ நீங்கள் அக்கறை கொள்வதேயில்லை. உங்களுக்கு வேண்டியதெல்லாம் ஒரு கதை."

எங்களுடைய இந்த உரையாடல் மற்ற பயணிகளை வியப்படையச் செய்திருக்கும் என்பதில் சந்தேகமில்லை. நடத்துநர்கூட இது எப்படி முடியப்போகிறதோ பார்க்கலாம் என்ற ஆர்வத்தில் இருப்பதுபோலப்பட்டது.

நானும் விட்டுக்கொடுப்பதாக இல்லை. எனக்கான நியாயங்களைச் சொல்லியாக வேண்டும் இல்லையா?

"நீங்கள் சொல்லும் அந்தத் துயரம், ட்ராஜடி எல்லாம் கடந்த நூற்றாண்டோடு காலாவதியாகிவிட்டது. எழுத்தாளன் அவனுடைய கலைக்கு மட்டுந்தான் பொறுப்பேற்க முடியும். மற்றபடி அவன் கருணையற்றவனாகவும் இருக்கலாம் என்று வில்லியம் பாக்னர் சொல்லியிருக்கிறார் (வில்லியம் பாக்னர் அதுதான் அந்த அமெரிக்க எழுத்தாளன்). அவனுக்கு வேண்டியதெல்லாம் காகிதம், உணவு, சிகரெட், கொஞ்சம் விஸ்கி..."

'நிதானம் தவறிய ஒரு குடிகாரனாகவோ, வறுமையின் இயலாமையில் கௌரவத்தை இழந்து நிற்கும் மனிதனாகவோ, ஏன் ஒரு ஏமாற்றுக்காரனாகக்கூட இருந்திருக்கலாம், நானோ அதிர்ஷ்டமற்ற ஒரு பயணியாகிவிட்டேன்" என்று அவர் முணு முணுக்கையில், (எதிர்பாராத) அந்தச் சம்பவம் நடந்தேறுகிறது. நாங்கள் பயணம் செய்யும் பேருந்து பயங்கர விபத்தொன்றில் சிக்கிக்கொள்கிறது. எதிரே வந்த லாரி ஒன்றைத் தவிர்க்கும் பொருட்டு இடதுபக்கமாகத் திரும்பி, ஒரு புளியமரத்தின்மேல் மோதிவிடுகிறது. மூன்றுபேர்

சம்பவஇடத்திலேயே உயிர் துறக்கிறார்கள், நான்குபேருக்குப் பலத்த காயம் ஏற்படுகிறது. இறந்தவர்களில் ஒருவர் யாரென்று தெரியவில்லை. இன்னொருவர் ஓட்டுநர், மற்றவர் டிக்கட் வாங்கியிராத நம் பயணி.

இந்தக் கதையின் முடிவில் ஏதோ சதி நடந்திருப்பதாக உங்களுக்குத் தோன்றக் கூடுமென்றால் நான் ஒன்றும் சொல்வதற்கில்லை. ஒரு வேளை அந்தப் பயணி திரும்பி நின்று தேடிய கணத்தில் என்னைப் பார்க்காமல் இருந்திருந்தால், எனக்குள் அந்தப் பதற்றம் ஏற்படாமல் இருந்திருந்தால் இந்தப் பிரச்சனை தொடங்கியிருக்காதோ என்றும் தோன்றுகிறது.

குளோப்

என்னுடைய பெயர் ஆறுமுகம். வெறும் ஆறுமுகம் என்றோ மிஸ்டர் ஆறுமுகம் என்றோ திருவாளர் ஆறுமுகம் என்றோ எப்படி வேண்டுமானாலும் அழைக்கலாம். இது ஒன்றும் அவ்வளவு முக்கியமான விஷயமல்ல. மனிதர்களாகிய உங்களுக்கோ நிறைய வேலைகள். விசேஷமாகக் கிடைத்த அறிவைப் பயன்படுத்தி நிறைய சாதிக்க வேண்டியிருக்கிறது. வெற்றிகளைக் குவிக்க வேண்டியிருக்கிறது. இதற்கு மத்தியில் என் பேச்சை வேறு கவனிக்கிறீர்களே இதுவே என் பாக்கியம்.

இந்தக் கதை சமீபத்தில் இறந்துபோன நாராயணன் சார் பற்றியும் ஸ்டீபன் என்கிற மோசக்காரப் பூனையையும் பற்றியது. ஸ்டீபனை இவ்வளவு கடுமையான வார்த்தைகளால் சாடியதால் அதை என்னுடைய எதிரியோ என்றுகூட நீங்கள் நினைக்கலாம். ஒரு பூனை எனக்கு எப்படி எதிரியாக இருக்க முடியும்? எதிரி என்றால் சமபலம் வேண்டும்.

ஒரு எலியால் என்றைக்கும் ஒரு பூனையை வேட்டையாடி விழுங்கமுடியாது இல்லையா? அதன் குணசேஷ்டையை வைத்துத்தான் அப்படிச் சொன்னேன். பக்கத்துவீட்டில் வசிக்கும் கிறிஸ்துவர்கள்தான் அதற்கு இந்தப் பெயரைச் சூட்டியிருந்தார்கள். அது அவர்களுடைய செல்லப்பிராணி. பூனைகளுக்கு உணவிடுவதுபோல எலிகளுக்கும் நீங்கள் ஏன் உணவு வழங்கக்கூடாது? இந்தச் சங்கிலியில்தான் ஏதோ சிக்கல் விழுந்துவிட்டது. அதர்மம் நிகழ்ந்துகொண்டே இருக்கிறது.

ஒவ்வொரு கணமும் எத்தனையோ உயிர்கள் ஜெனிப்பதும் மரணமடைவதும் நிகழ்ந்துகொண்டே இருந்தாலும் மனிதர்களைப் பொறுத்துதான் இது பிரச்சனைக்குரியதாக மாறிவிடுகிறது. நாராயணன் சாரின் மரணம் குறித்துக்கூடப் பலவித அபிப்பிராயங்கள் சொல்லப்படுகிறது. தற்செயலாக நடந்த விபத்து என்றும், தற்கொலைதான் என்பதுபோலவும். பைத்தியம் முற்றி தற்கொலை செய்து கொண்டாராம். அவரை அருகிலிருந்து கவனித்து வந்த எனக்கும்கூட இது பிடிபடவில்லை. சிலபொழுது அது ஒரு கொலையோ என்றும் ஐயம் எழுகிறது.

நாராயணன் சார் ஒரு கவிஞர். ஓவியங்களிலும் அவருக்கு ஈடுபாடுண்டு. இயற்கையின் ஆன்மாவுக்கு மிக நெருக்கத்திலிருக்கும் வண்ணங்களையும் இசையையும் விட்டுவிட்டு இப்படி மனிதர்களைச் சுமந்து திரியும் வார்த்தைகளைக் கட்டிக்கொண்டு மாரடிக்க வேண்டியிருக்கிறதே என்று வருத்தப்படுவார். அலுவலகம் போய்வந்த பின்பு ஓய்வுநேரங்களில் அவர் நிறையப் புத்தகங்கள் வாசிப்பார். நண்பர்களுடன் இலக்கியம் குறித்துப் பேசிக்கொண்டிருப்பார். சில பொழுது விஸ்கி துணையிருக்கும். தூரமாக இருந்து கவனித்துக் கொண்டிருப்பேனே ஒழிய இவர்கள் பேசுவது என்னவென்றே எனக்குப் புரிவதில்லை. ஸ்டீபனோ இதிலெல்லாம் பட்டுக்கொள்ளாமல், இதைவிட வேறு ஏதோ பெரிய காரியம் இருப்பதுபோலப் போய்விடும்.

நாராயணன் சாருடையது பழைய வீடு. அவருடைய அப்பா ஓய்வு பெற்ற வரலாற்றாசிரியர் என்பதற்கும் இந்தப் பழமைக்கும் யாதொரு சம்பந்தமுமில்லை. மாடியிலிருந்த இரண்டு அறைகளில் ஒன்றை சார் படிப்பறையாகப் பயன்படுத்தி வந்தார். அவருடைய பள்ளியறையும் அதுதான். முதன்முதலாக நாராயணன் சாரை இந்த அறையில் பார்த்தபோது பேராபத்து ஒன்றில் சிக்கிக்கொண்டிருந்தேன். ஸ்டீபன் என்னைத் துரத்திக்கொண்டுவர அவருடைய அறைக்குள் ஓடி புத்தகங்களுக்குப் பின்னால் ஒளிந்துகொண்டேன். அப்போது அறைக்குள் நாராயணன் சார் நாற்காலியில் உட்கார்ந்து படித்துக்கொண்டிருந்தார். என்னைத் துரத்திக்கொண்டுவந்த ஸ்டீபனோ அவரைப் பொருட்படுத்தாமல் அலமாரியின்மேல் ஏறி என்னைத் தேடியதில் புத்தகங்கள் சரிந்துவிழுந்தன. திடுக்கிட்டுத் திரும்பியவர் அங்கே ஸ்டீபனைக் கண்டார். புத்தகம் விழுந்த சத்தத்தில் அதுவும் மிரண்டுதான் போயிருந்தது.

அவர் கேட்டார், "ஏன் புத்தகங்களைத் தள்ளுகிறாய், என்ன வேண்டும்?" அலமாரியிலிருந்து ஸ்டீபன் கீழே குதித்து, சற்றுத் தயங்கியபடி மேஜைக்கு அருகில் போய் நின்று அவரைப் பார்த்தது. திரும்பவும் அவர் கேட்டார், "உனக்கு என்ன வேண்டும்?", "ரொம்ப பசிக்கிறது, ஒரு எலி வேண்டும்" என்றது. "இங்கே இருக்கிறதா?", "ஆமாம் இந்தப் புத்தகங்களுக்குப் பின்னால் ஒளிந்துகொண்டிருக்கிறது",

"அதை விட்டுவிடு. உனக்கு வேறு உணவு தருகிறேன்" என்ற நாராயணன் சார் மேஜைமேல் அவருக்காகக் கொண்டுவந்து வைத்திருந்த ஆர்லிக்ஸ் கலந்த பாலை எடுத்துக் கீழே ஊற்றினார். ஸ்டீபன் அதை நக்கிக் குடித்துக்கொண்டிருந்தது.

நான் அச்சம் தெளிந்தவனாகக் கீழே இறங்கி வந்து, மேஜையின் மேல் ஏறி நின்று சாரைப் பார்த்தேன். முன் கால்கள் இரண்டையும் தூக்கி 'நன்றி' என்றேன். பாலைக் குடித்து முடித்த ஸ்டீபன் மேஜைக்கு ஏறிவந்து 'என்ன தைரியம்' என்பதுபோல் என்னை முறைத்துப் பார்த்தது. பயந்துபோன நான் நடுங்கியபடி அவருடைய கைக்கருகில் போய் ஒடுங்கிக்கொண்டேன். "நீ பயப்படாதே, அது உன்னை ஒன்றும் செய்யாது" என்றார். "எப்போதுமா?", "ஆமாம் இனி எப்போதுமே உன்னைத் தொந்தரவு செய்யாது. நாம் மூவரும் நண்பர்களாகிவிட்டோமில்லையா?"

ஸ்டீபனுக்கோ ஏமாற்றம். "அது எப்படி முடியும்?" என்றது வருத்தம் தொனிக்க.

"ஏன்?" என்றார் அவர்.

"உணவுக்கு நான் எங்கே போவேன்? எலிகளை வேட்டையாடுவதைவிட்டால் வேறு என்ன தொழில் தெரியும் எனக்கு?"

"இந்த எலியை மட்டும் விட்டுவிட்டு, வேறு எலிகளை வேட்டையாடிக்கொள். உன் பெயரென்ன?" என்று கேட்டார் அதனிடம்.

"ஸ்டீபன்" என்றது.

"நல்லது" என்னைப் பார்த்து, "உன்னுடைய பெயர்?" என்றார்.

"எங்களுக்குத்தான் யாருமே பெயர் வைப்பதில்லையே?" என்றேன் வருத்தத்துடன்.

"சரி உனக்கு நான் பெயர் வைக்கிறேன்" என்று யோசித்தவர், "ஆறுமுகம்" என்றார்.

"எளிமையாக இருக்கிறது, இதுபோதும் எனக்கு" என்றேன் நான்.

"நீ ஏன் இன்னும் வருத்தத்துடன் இருக்கிறாய்" என்று கேட்டார் ஸ்டீபனைப் பார்த்து.

"நீங்கள் கேட்டுக்கொண்டதுபோல நான் இந்த எலியைச் சாப்பிடப் போவதில்லை. ஆனால் துரத்த வேண்டும். அது அகப்படும் கணம்வரை விரட்ட வேண்டும்."

“சரி, உன் இஷ்டம். ஆனால் எந்தக் காரணத்தைக் கொண்டும் அதன் மரணத்திற்கு நீ காரணமாகக் கூடாது சரியா?”

“சம்மதிக்கிறேன்” என்றது ஸ்டீபன்.

இப்படியாக நாங்கள் நண்பர்களானோம்.

நாராயணன் சார் ஒருநாள் பூனையைப் பற்றி முன்பு அவர் எழுதியிருந்த கவிதை ஒன்றை எங்களுக்கு வாசித்துக் காண்பித்தார்.

‘ஒரு பறவையைப் போல
லேசாக இருக்கிறது பூனை
பந்து தக்கையாகவும்
காற்றைப் போல நழுவிச்செல்லுவதாகவும்
இருக்குமெனில்
லாவகமாக உருட்டி விளையாடுகிறது
கைகளில் வைத்துச் சுழற்றுகிறது
சுவர்மேல்
வேகமாக நடந்துவந்து
தாவிக் குதித்து
எளிதாகக் கலந்துவிடுகிறது
என் சுவாசத்தில்
அனாதரவாக விடப்பட்ட
பந்தை நோக்கி
மீண்டும் நழுவிச்செல்கிறது’

ஸ்டீபன் உற்சாகமாகி “அற்புதம்” என்றது.

நான் சாரிடம் கேட்டேன்.

“பூனைகள் எந்தக் கடவுளுக்காவது வாகனமாக இருந்திருக் கிறதா? புராண இதிகாசங்களில் இடம்பெற்றிருக்கிறதா?”

சற்று யோசித்துவிட்டு,

“எனக்குத் தெரிந்தவரை இல்லை” என்றார்.

ஸ்டீபனின் முகத்தில் சோகரேகை தோன்றியது.

“உங்களுக்குக் கடவுளோடு சம்பந்தமில்லை பிசாசுகளோடுதான்” என்றேன் நான்.

ஒரு எலி கிண்டல் செய்யும் அளவுக்கு நாம் ஏன் தாழ்ந்து போனோம் என்று நினைத்ததோ என்னவோ, ஸ்டீபன் வருத்தத்துடன் படுத்துக்கொண்டது.

அதைக் குஷிபடுத்தும் நோக்கில் நாராயணன் சார் சொன்னார்,

"உனக்குப் பந்து ஒன்று வாங்கித் தருகிறேன். கவிதையில் உள்ளதுபோல நீ விளையாடலாம், காற்றாகிவிடலாம்."

ஸ்டீபன் தெம்புடன் எழுந்துகொண்டது. அதன் கண்களில் பிரகாசம்.

இப்படித்தான் அந்த விபரீதம் தொடங்கியது. அவர் பந்து வாங்கித் தருவதாகச் சொன்னார் என்பது நிஜம் என்றாலும் அலுவலகத்திலிருந்து திரும்பி வரும்போதெல்லாம் வெறுங்கையோடுதான் திரும்பி வந்தார். ஸ்டீபன் ஒவ்வொரு நாளும் நினைவுபடுத்த அவர் மறந்தபடியே இருந்தார். அவருடைய யோசனைகளெல்லாம் வேறொன்றில் குவிந்திருந்தது. தன்னுடன் அலுவலகத்தில் பணிபுரியும் பெண்ணின்மேல் அவர் காதல் வயப்பட்டிருந்தார். பிறகென்ன பக்கம் பக்கமாகக் காதல் கவிதைகள் குவிந்தன. இந்த இரண்டு தனித்தனி அற்புதங்களும் ஒரே நேரத்தில் அவர் பிரக்ஞையை ஆக்கிரமித்துக்கொண்டிருக்கையில் பந்து பற்றி அவருக்கு எங்கே நினைவிருக்கப்போகிறது.

ஏமாற்றத்துடன் வலம்வந்த ஸ்டீபனோ இதை ஈடுசெய்ய வேறொரு மார்க்கத்தைக் கண்டுபிடித்தது. நாராயணன் சார் அலுவலகம் போனபின்பு அவருடைய அறைக்குச் சென்று மேஜையின்மேல் வைக்கப்பட்டிருந்த உலக உருண்டையை உருட்டிப்பார்த்தது. இரண்டு பக்கமும் மாறிமாறிச் சுழற்றி மகிழ்ந்தது. இந்த விளையாட்டு தினமும் நடந்திருக்க வேண்டும். ஒரு நாள் எதேச்சையாக இதை நான் பார்க்க நேர்ந்தபோது அதனிடம் எச்சரித்தேன். நாராயணன் சாரின் அனுமதியில்லாமல் இதை நீ தொடக்கூடாது என்று. அதற்குக் கோபம் வந்துவிட்டது.

"பந்து வாங்கித்தருவதாகச் சொல்லிவிட்டு எத்தனை நாட்களாக என்னை ஏமாற்றிக்கொண்டிருக்கிறார்."

"அவருக்கு மறந்துவிடுகிறது."

"மறக்கவில்லை, இவர்கள் பேசும் இலக்கியம் போல வெத்து வேட்டு..."

நான் அதிர்ந்து போனேன். "ஸ்டீபன் நீ எல்லை மீறிப் பேசுகிறாய். இன்றைக்கு சார் வரட்டும் சொல்கிறேன்..."

ஸ்டீபன் என்னை முறைத்துப் பார்த்து.

“சொல்லிவிடுவாயா?” என்றது.

“சொல்வேன் எனக்கென்ன பயம்?”

“அந்த ஒப்பந்தத்தால் குளிர்விட்டுப் போய்விட்டது உனக்கு. நீ இருக்கும்வரைதானே இந்த ஒப்பந்தமெல்லாம்” என்று

சொல்லி முடிக்கும் முன்பே அதன் நோக்கம் என்னவென்று புரிந்ததால் அவ்விடத்தைவிட்டு அகன்று வெளியே ஓடினேன். ஸ்டீபன் எனக்குப் பின்னாலேயே துரத்திக்கொண்டு வந்தது. மாடியிலிருந்து படிவழியாகக் கீழே இறங்கி, வரவேற்பறையின் ஓரத்தில் சுவரை ஒட்டி ஓடி, பின்பக்கமிருந்த குளியலறைக்குள் புகுந்தேன். அதுவும் பின்னாலேயே வந்துவிட்டதால் தண்ணீர் வெளியேறும் துளைவழியாகத் தப்பிவிட நினைத்து உள்ளே புகுந்தேன். துரிதமாக ஓடிவந்த ஸ்டீபன் தன் கால்களால் வாலை மிதித்துக்கொண்டது. வாலின் பாதிக்குமேல் அதன் காலடியில். சிரமத்துடன் இழுத்துப்பார்த்தும் ஒன்றும் பலிக்கவில்லை. ஸ்டீபனின் கால் நகம் ஒன்று வாலின்மேல் அழுத்திக் கொண்டிருந்தது.

தப்பிக்கவும் முடியாமல் அகப்படவும் முடியாமல் என்ன நிலைமை இது? எதுவும் சொல்லாமல் சிறிதுநேரம் அப்படியே வலைக்குள்ளேயே படுத்துக்கிடந்தேன். ஸ்டீபனும் அசைந்த பாடில்லை. அசமந்தமான வேளையில் சட்டென்று உருவிக்கொண்டு ஓடிவிடலாமென்று முயன்ற கணத்தில்தான் இன்னும் அது அழுத்தமாக நின்றது. நகம் பட்டதில் வலிவேறு.

“ஸ்டீபன் என்னை விட்டுவிடு” என்றேன் அதனிடம்.

“உன்னை விடப்போவதில்லை” என்றது ஆத்திரத்துடன்.

“என் வால் மட்டும்தானே உன்னிடம் இருக்கிறது. அதை வைத்துக்கொண்டு என்ன செய்யப்போகிறாய்?”

“இப்போது கடித்துத் துப்பப்போகிறேன்” என்றது இரக்கமற்று.

கிலிபிடித்துக்கொண்டது எனக்கு. இதை ஒரு முடிவுக்குக் கொண்டுவருவதைத் தவிர வேறுவழியில்லை.

“சரி நான் இப்போது என்ன செய்ய வேண்டுமென்கிறாய்?”

“அந்த உருண்டை விஷயத்தையோ, வெத்துவேட்டு என்று சொன்னதையோ நீ நாராயணன் சாரிடம் சொல்லக்கூடாது.”

“சரி நான் சொல்லவில்லை.”

“அப்படிச் சொன்னாயானால் அடுத்த நிமிஷமே எனக்கு இரையாகிவிடுவாய், சம்மதம்தானே.”

"சம்மதம்தான்."

இப்படித்தான் அன்று நான் அந்தப் பேராபத்திலிருந்து தப்பித்தது. இல்லையென்றால் இப்போது வாலில்லாமல் திரிந்திருப்பேன்.

ஸ்டீபன் அத்துடன் நின்றுவிடவில்லை. உருண்டையை வெறுமனே சுழற்றிவிடும் விளையாட்டு சலித்துப் போனதால் அதை சுவாரஸ்யப்படுத்த வேறு ஒரு உத்தியைக் கையாண்டது. உலக உருண்டையில் ஒரு இடத்தைக் குறிவைத்துக்கொண்டு சுழற்றிவிடும். சுற்றும்போதே கூர்ந்து கவனித்துக் கையால் தடுத்து நிறுத்த, அது குறிவைத்த இடம் வந்திருந்தால் வெற்றி பெருமிதத்தில் நகத்தால் அந்த இடத்தில் ஒரு அடையாளமிடும்.

அறைக்குள் எங்கேயாவது ஒளிந்திருந்து இந்த விபரீத விளையாட்டை நான் கவனித்துக்கொண்டிருப்பேன்.

இந்தச் சமயத்தில்தான் அவருடைய காதல் விவகாரம் மோசமான ஒரு நிலைமைக்கு வந்திருந்தது. ஒவ்வொரு நாளும் எங்கேயாவது அழைத்துப்போகச் சொல்லி நச்சரிக்கிறாளாம். பெரிய ஓட்டல்களுக்கோ சினிமாக்களுக்கோ தன்னுடன் வரவேண்டும் என்கிறாளாம். தாடியை எடுத்துவிட்டுத் தினமும் முகச் சவரம் செய்துகொள்ள வேண்டுமாம். நன்றாக ஆடை உடுத்திக்கொள்ள வேண்டுமாம். இதெல்லாம் அவருக்கு வெறுப்பை ஏற்படுத்தியதே தவிர சந்தோஷமான விஷயங்களாக இல்லை. இருந்தும் சொன்னார்: "இதெல்லாம் சரியில்லைதான். ஆனால் ஏதோவொரு ஈர்ப்பு அவளிடம் இருக்கிறது" என்று.

"அவள் ஒரு பெண், அதுதான்" என்றான் அவருடைய நண்பன் ஒருநாள்.

தவிர்க்கவே முடியாத ஒரு சம்பவம்போல அதுவும் நிகழ்ந்தேவிட்டது. நாராயணன் சார் ஒரு நாள் அந்தக் குளோப்பைக் கவனித்து விட்டார். பெரும் அதிர்ச்சி அவருக்கு.

"இவ்வளவு கீறல்கள் எப்படி வந்தது இதில்?" என்றார்.

"எனக்குத் தெரியவில்லை" என்றேன்.

"ஸ்டீபனைக் கேட்டால் தெரியுமா?"

"கேட்டுப்பாருங்கள்" என்று சொல்லி நழுவிவிட்டேன்.

அடுத்த நாள் ஸ்டீபனிடம் அவர் விசாரித்தார். அதுவும் தனக்குத் தெரியாது என்று சொல்லிவிட மேலும் அவர் குழப்பத்தில் ஆழ்ந்து போனார். ஒவ்வொரு நாளும் அதிகரிக்கும் கீறல்களால் அவர் கலவரமடைந்தார் என்பதைக் கவனித்தேன்.

ஒரு நாள் மிகவும் சோர்ந்து போய் வீடு திரும்பினார். அவரைக் கழட்டிவிட்டுவிட்டுச் சோக்கு காண்பிக்கும் ஒரு தடியனுடன் அவள் ஓட்டிக்கொண்டுவிட்டாளாம். முன்பே அவர் எதிர்பார்த்ததுதான் என்றாலும் மனம் உடைந்து காணப்பட்டார். நாடக பாணியில் சொல்வதென்றால் அவருடைய மனம் மட்டுமல்ல மேஜை மேலிருந்த குளோபும் கீழே விழுந்து உடைந்து போயிருந்தது.

'ஸ்டூபனே! ஏ நம்பிக்கை துரோகியே! அந்தக் குளோபை உடைத்தே போட்டுவிட்டாயா' என்று மனதிற்குள் திட்டினேன்.

நாராயணன் சாருக்குக் கடுமையான ஜுரம் கண்டது. வீட்டிலேயே படுத்துக்கிடந்தார். தூங்கினால் மோசமான கனவுகள் வந்து தொந்தரவு செய்கின்றன என்றார் நண்பர்களிடம்.

"உடல் மட்டுமல்ல கனவுகூடத் தகிக்கிறது... எல்லாமே உருகுவது மாதிரி இருக்கிறது... புத்தகங்கள், அலமாரி, மேஜை, உடைந்துபோன குளோப்... இதில் அவளுடைய தொந்தரவு வேறு... என் படுக்கை அருகில் வந்து கைகளைப் பற்றிக்கொண்டு என் வயிற்றில் முத்தமிடுகிறாள்... அவளுடைய பெருத்த முலைகளை என் மார்பில் படரவிட்டு அழுத்தி அணைக்கிறாள். மூச்சு முட்டுகிறது... காதில் கிசுகிசுக்கிறாள் 'சாகமாட்டாய்' என்று...

"தூங்கவே அச்சமாக இருக்கிறது" என்றார். மருத்துவமனைக்குச் சென்று வந்ததில் ஜுரம் நின்றுவிட்டது. ஆனால் அவருடைய மனம்தான் பிதற்றிக்கொண்டிருந்தது.

அவர் கேட்டார்.

"சிறு நீர்த்துளி இருக்கிறதே அது ஏன் உருண்டு நிற்கிறது? பரப்பு இழுவிசை... நம் கண்கள்? நிலா? சூரியன்? பூமி? பூமி ஏன் உருண்டையாக இருக்க வேண்டும்? பந்தைப் போலத் தரையிலா அது உருண்டு செல்லப்போகிறது?"

கண்கள்மூடி ஜுரத்தில் பிதற்றுவதுபோலச் சொன்னார்:

"நான் நினைக்கிறேன் பிரபஞ்சமே முழுமையற்ற ஒரு உருண்டை... இயற்கையிலுள்ள மற்ற எல்லாமே அதன் சாயலில் இல்லை. ஒன்றைத் தவிர அது ஒன்றுதான் வேறு விதமாக இருக்கிறது. மனிதனின் அறிவு... அவனுடைய விஞ்ஞானம்... கணிதம்..."

அவருடைய முகம் கடுமையாகிவிட்டது.

"முக்கோணங்கள், சதுரங்கள், உருளைகள் இயற்கையிலுள்ள பொருட்களின் சாரமாக இருக்கிறதென்கிறான் செசான் முட்டாள்... கேண்டன்ஸ்கியின் சில ஓவியங்களைக்கூடக் கொளுத்திவிடலாம்...

எப்படியோ பாஸ்க்கல் தப்பிவிட்டான். ஜோசியர்களோ ஸ்ரீ சக்கரங்களை வரைகிறார்கள். பூமியின் தேகமெங்கும் சூன்யக்காரர்களின் நகக்கீறல்கள்...”

ஆவேசத்துடன் எழுந்து உட்கார்ந்துகொண்டார்.

அவர் உடல் நடுங்கிக்கொண்டிருந்தது. நான் பயத்துடன் விலகிப்போய் நின்று அவரைப் பார்த்தேன். இதற்குள் அவருடைய அம்மா வந்து அவரைத் திரும்பவும் படுக்கையில் கிடத்தி ஆறுதல்படுத்தினாள்.

அவருடைய உடல் தேறி வந்தது. வழக்கம்போல அலுவலகம் சென்று வந்தார். புத்தகங்கள் வாசித்தார். மொட்டை மாடியில் வானத்தைப் பார்த்தபடி மல்லாந்தவாக்கில் படுத்திருப்பார். மற்றவர்களுடன் குறைவாகவே பேசினார் என்றாலும் அவருடைய எண்ணங்கள் முழுவதும் வேறு எங்கோ நிலை பெயர்ந்திருந்ததைப் புரிந்துகொள்ள முடிந்தது.

வழக்கம்போல நண்பர்கள் வந்தார்கள். மதுக்குப்பிகளுடன் உரையாடல் தொடங்கியது. அவருடைய பேச்சில் பிரபஞ்ச இசை, பேரன்பு, பேரறிவு என்றெல்லாம் புதிய வார்த்தைகள் வந்துவிழுந்ததில் அவருடைய நண்பர்களோ வியப்புடன் பார்த்தார்கள். விஞ்ஞான மனோபாவத்திற்கெதிரான அவருடைய பேச்சு அவர்களை நிலைகுலையச் செய்தது என்றே சொல்ல வேண்டும்.

“மனிதனுக்குள்ள அறிவையும் விஞ்ஞானத்தையும் எடுத்துவிட்டு அந்த இடத்தில் கடவுளைத் தவிர வேறு எதை நீ முன்வைக்க முடியும்?” என்று அவர்கள் சினந்தார்கள்.

இந்தப் பகை பல நாட்கள் அவர்களுடைய உரையாடலில் தொடர்ந்து வந்தது.

ஒரு நாள் அவர்களுடைய போதை அதிகமாகி அந்தப் பகையும் விஸ்வரூபமெடுத்து நின்றது.

“ஆமாம்” என்று அவர் கத்தினார். “இந்த நாகரிக சீமான்களும் சீமாட்டிகளும், இந்தக் கடவுள்களும் இல்லாத ஒரு உலகத்தில் வாழ ஆசைப்படுகிறேன் அதுதான் என் கனவு, கவிதை எல்லாம்.”

ஒருவன் சிரித்தான். சிகரெட் புகையை ஊதியபடியே அவன் சொன்னான்: “அப்படியானால் இந்த உலகத்தைக் காலிசெய்துவிட்டு இன்றே வெளியேறிவிடு. உன்னுடன் உன் கட்சிக்காரர்கள் யாராவது இருந்தால் அவர்களையும் கூட்டிச் சென்றுவிடு, ஜனநெரிசல் வேறு அதிகமாகிவிட்டது.”

இந்தக் காரமான உரையாடல் கண்டு இன்னொருவன் சங்கடத்தில் சிரித்தான்.

நாராயணன் சாரும் இதை ஆமோதிப்பதுபோல,

'ஆமாம், வெளியேறிவிட வேண்டும்' என்று முணுமுணுத்தார்.

எல்லாமே நிஜத்தில் நடந்துகொண்டிருக்க நான் பார்த்துக் கொண்டிருந்தேன். நான் நம்பினேன், இதெல்லாம் வெறும் பேச்சுதான், போதை அதிகமாகிவிட்டால் வீராப்பும் கூடித் தெரிகிறதென்று.

அவர்கள் சென்றபிறகு நானும் விடைபெற்றுக்கொண்டேன்.

மறுநாள் பொழுது புலர்வதற்கு முன்பே ஏதோ ஒரு உணர்வால் உந்தப்பட்டு வேகமாக அவருடைய அறைக்குச் சென்ற நான், அந்த விபரீதத்தைக் கண்டேன். மின் விசிறியில் தலை சிதறடிக்கப்பட்டு அவர் இறந்துகிடந்தார். அவருக்குப் பக்கத்தில் விழுந்திருந்த ஸ்டூலின் மேலும் சுவர்களிலும் தரையிலும் புத்தகங்கள் மேலும் ரத்தம் தெறித்து உறைந்திருந்தது.

ஒரு வேலைக்கான விண்ணப்பம்

மதிப்புக்குரிய முகவர் அவர்களுக்கு வணக்கம்.

'அவரவர் தகுதிக்கேற்ற வேலை' என்ற பிரகடனத்துடன் சமீபத்தில் ஒரு தினசரியில் உங்கள் விளம்பரம் பார்த்தேன். இதுபோன்ற 'வேலைக்கு ஆட்கள் தேவை' விளம்பரங்கள் இப்போதெல்லாம் பேருந்து நிலையத் தூண்களிலும் பிட் நோட்டீஸ்களிலும் நிறையப் பார்க்கக் கிடைக்கின்றன. சில நாட்களுக்கு முன்புவரை இதெல்லாம் ஏமாற்றுக்காரர்களின் சூழ்ச்சி வலைகளாகவே எனக்குத் தோன்றிவந்தன. இதுபோன்ற நிறுவனங்களை நம்பி மோசம் போனவர்கள் நிறையப் பேர்களை நான் பார்த்திருக்கிறேன். இப்படி அவநம்பிக்கைவாதியாக இருந்த என்னில் இப்போது மாற்றம் ஏற்பட்டிருக்கிறது. என் வாழ்க்கை மோசமானதற்குக் காரணம் இந்த அவநம்பிக்கைதானோ என்று ஒரு சந்தேகம். எதன் மேலும் சந்தேகம்கொள்ளாமல் அதன் போக்கிலேயே போய்ப் பார்க்கலாமே என்ற ஞானோதயம். அதிர்ஷ்டச் சீட்டு வாங்கிவிட்டுக் காத்திருக்கும் பேர்வழியைப் போல இப்போது ஏதாவது ஒன்றை நம்பியாகவேண்டிய கட்டாயத்தில் நான் இருக்கிறேன். வேலையில்லாதவர்கள் பெருகிவிட்ட இன்றைய சூழ்நிலையில் அரசாங்கம் நடத்தும் வேலை வாய்ப்பு அலுவலகத்தைவிட இவை சற்று நம்பிக்கை அளிக்கக்கூடியவைதான். வெறும் கனவு போன்று இல்லாமல் எளிதாக அணுகக்கூடியதாக, பணிபுரிவதற்கான அலுவலகக் கதவுகளுக்கு முன்னால் நின்று கொண்டிருப்பது போன்ற ஒரு நம்பிக்கை.

எனக்கு அதிர்ஷ்டம் இருந்து, நீங்கள் உண்மையிலேயே சேவை மனப்பான்மை கொண்டவர்களாக இருந்துவிட்டால், இப்படிப்பட்ட சந்தர்ப்பத்தை இழந்துவிட வேண்டாமே என்ற எண்ணத்தில்தான் இந்த விண்ணப்பத்தை நான் உங்களுக்கு அனுப்புகிறேன். நீங்கள் கேட்டிருந்தபடி சான்றிதழ்களின் நகல்களையும் இத்துடன் இணைத்திருக்கிறேன். அலுவலகச் செலவுக்கென்று குறிப்பிட்டிருந்த 50 ரூபாயை நேர்முகத் தேர்வன்று தந்துவிடுவேன்.

என்னுடைய இந்த விண்ணப்பத்தைக் கண்டவுடன் உங்களுக்குச் சற்று வினோதமாகவே தோன்றும் என்பதில் சந்தேகமில்லை. நீங்கள் தந்திருக்கும் விண்ணப்பத்திற்கான மாதிரிப் படிவம் எனக்கு என் தகுதிகளைச் சொல்லப் போதுமானவையாக இருக்க முடியாது என்பதால்தான் இப்படி எழுதியிருக்கிறேன். வழக்கமான படிவங்கள் ஒரு நம்பிக்கை இன்மையைத் தோற்றுவிக்கின்றன. ஒரு ஜனத்திரளுக்குள் சிக்கிக்கொண்டு முகம்தெரியாத யாரோ ஒருவரிடம் என் பெயரை உரக்கச் சொல்லிக்கொண்டிருப்பது போலத்தான் அப்படிப்பட்ட விண்ணப்பங்களைப் பார்க்கிறேன்.

என் தகுதிகள் என்று நான் கருதக்கூடியவற்றைச் சற்று விளக்கமாக எழுதியிருக்கிறேன், ஒரு நண்பனுடன் பகிர்ந்து கொள்வதுபோல. இதெல்லாம் எந்த விதத்தில் பயன்படும் என்று ஒருவர் கேட்கக்கூடும். இதுபோன்ற விஷயங்களில் நாம் விழிப்பு கொண்டவர்கள்தான். ஆனால் இந்த நகரத்தில் நம் கவனத்திற்கு வராத எவ்வளவோ வேலைகள் ஒளிந்து கிடப்பதாகவே எனக்குத் தோன்றுகிறது. உதாரணமாக, ஒரு நல்ல சமையல்காரனாகவும் அந்தரங்கக் காதலனாகவும் இருக்கத் தகுதிபெற்ற ஒருவன் ஒரு பெண்ணுக்குத் தேவைப்படலாம். ஒருபால் புணர்ச்சியில் நாட்டம்கொண்ட ஒரு மேனேஜர் தனது உதவியாளனாக இருக்க நல்ல பார்ட்னரைத் தேடிக் கொண்டிருக்கலாம். இப்படிப்பட்ட தேவைகள் கொண்ட ஒருவருக்கு உங்களைப் போன்ற நிறுவனங்களின் உதவி அவசியமில்லையா?

என்னுடைய பெயர் க.சொக்கலிங்கம். தந்தை பெயர் (லேட்) கருணாகரன். எனக்கு இப்போது 38 வயது. திருமணமானவன். மனைவி அதிகம் படித்தவள் இல்லை. இரண்டு பெண் குழந்தைகள் இருக்கிறார்கள். நான் ஒரு எந்திரவியல் பட்டயதாரி (டிப்ளமோ இன் மெக்கானிக்கல் என்ஜினியரிங்). 1985. படிப்பை முடித்தபின் ஒரு வருடம் படித்த இளைஞர்கள் வழக்கமாக என்ன செய்வார்களோ அதுபோலவே நானும் நண்பர்களுடன் சேர்ந்து பொழுதைப் போக்கினேன். காதல் முயற்சிகளுக்கு இடையே வேலை தேடும் படலம்.

பின்பு கோவையில் உள்ள ஒரு தனியார் நிறுவனத்தில் வேலைக்குச் சேர்ந்தேன். கடைசல் எந்திரம் போன்றவற்றை உற்பத்தி செய்யும் ஒரு நிறுவனம். ஜப்பானின் அதிநவீன கணினித் தொழில்நுட்பத்துடன் இயங்கிய பெரிய நிறுவனம் அது. அங்கே இரண்டரை ஆண்டுகள் பயிற்சி. வேலை நிரந்தரமடையும் தறுவாயில் ஒரு பிரச்சனையின் காரணமாக ராஜினாமா செய்துவிட்டு வெளியேறவேண்டிய கட்டாயம். க்யூ.சி.க்கும் எனக்கும் ஒத்துவரவில்லை. ஒரு நாள் வாக்குவாதம் ஏற்பட்டு அவனை அடிக்கும் அளவுக்குப் போக நேர்ந்துவிட்டது. நியாயமான ஒரு காரணத்திற்காகத்தான் அவனை அடித்தேன். ரத்தம் வராத அளவுக்குத்தான் தாக்கினேன் இருந்தும் நிர்வாகம் அவனுக்குச் சாதகமான தீர்ப்பையே வழங்கியது.

அப்போது என் அறையில் தங்கியிருந்த ஒரு நண்பர் நான்கைந்து ஊழியர்களை மட்டுமே கொண்ட ஒரு டெக்ஸ்டைல் மெஷின் சர்வீஸ் கம்பெனி நடத்திவந்தார். அவருடைய அழைப்பைப் புறக்கணிக்க முடியாமல் அதில் சேர்ந்தேன். ஊர் சுற்றும் வேலை. உள்ளூரில் மட்டுமல்லாமல், வெளியூர்களில் உள்ள டெக்ஸ்டைல் கம்பெனிகளையும் பார்த்துக்கொள்ள வேண்டும். உற்சாகமான வேலை.

எந்தத் தயக்கமும் இல்லாமல் சுகபோகங்களை அனுபவித்த காலகட்டம் அது. வெளியூர் பயணங்கள், விடுதிகள், விபச்சாரிகள், விஸ்கி. இந்த அத்தியாயம் அதிக நாள் நீடிக்கவில்லை. திருமணம் செய்துகொள்ளச் சொல்லி அப்பா தொந்தரவு செய்துகொண்டிருந்தார். என்மேல் அவருக்கு நம்பிக்கை இல்லை. எங்கே நான் நகரத்திலிருந்தே வேறு ஜாதிப் பெண்ணை இழுத்துக்கொண்டு வந்துவிடுவேனோ என்ற பயம். அவர் விருப்பத்தைப் பூர்த்தி செய்தேன். அவள் அத்தைப் பெண். ஊரிலேயே இருந்தாள்.

வாரம் ஒருமுறை போய்வந்து கொண்டிருந்தேன். என்னுடைய வருமானம் ஒரு குடும்பத்தை நடத்தும் அளவுக்கு இருக்கவில்லை. என் அறை நண்பராகவும் முதலாளியாகவும் இருந்த அவர் என் தகுதிக்குரிய சம்பளத்தைத் தரவில்லை. என் அறையில் ஒரு தாடி வைத்த கம்யூனிஸ்ட் இளைஞனும் தங்கியிருந்தான். அவன்தான் சொன்னான், என் உழைப்பு அவரால் சுரண்டப்படுகிறது என்று. அவன் சொல்லாமலேயேகூட அது எனக்குப் புரியத்தான் செய்தது. ஒருவேளை அவர் குடும்பஸ்தராக இருந்திருந்தால் என்னுடைய கஷ்டங்களைப் புரிந்துகொண்டிருப்பாரோ என்னவோ.

என்னைவிடப் பத்துவயது மூத்தவரான என் முதலாளி ஏனோ அதுவரை திருமணம் செய்துகொள்ளாமலேயே இருந்தார். எங்கள் கம்பெனியில் என்னுடன் பணியாற்றிய சிலர் சந்தேகப்பட்டதுபோல

அவர் ஒன்றும் ஆணுக்குரிய தகுதி இல்லாதவர் இல்லை என்பது எனக்குத் தெரியும். அவர் படுக்கும் ஸ்டீல் கட்டிலைச் சற்று நகர்த்திப் பார்த்தால் அதற்கான நிறைய தடயங்களை என்னால் காட்ட முடியும்.

இந்த அல்லாட்டத்துடனேயே இரண்டு வருஷம் ஓடிவிட்டது. தனியாகத் தொழில் தொடங்கும் எண்ணத்துடன் அவரிடமிருந்து விலகி வெளியே வந்தேன். என் சக்திக்கு மீறிய ஒரு கடன் தொகையுடன் தொழிலைத் தொடங்கினேன். பழக்கமான பிரதேசமென்பதால் சுலபமாக அதற்குள் சென்றுவர முடிந்தது. பெரிய எதிர்பார்ப்புகளை உண்டாக்கும் அளவுக்கு ஆரம்பத்திலேயே களைகட்டியது தொழில். இரண்டு பையன்கள் என்னிடம் வேலைபார்த்தார்கள். தனியாக அலுவலகம் தொடங்கினேன். போன் கால்களைக் கவனிக்கவும் வரவுசெலவுகளைப் பதிவுசெய்யவும் ஒரு டைப்பிஸ்டையும் நியமனம் செய்தேன்.

குடும்பத்தை நகரத்திற்கே கொண்டுவந்தேன். அப்போது என் பெரிய மகள் பிறந்துவிட்டிருந்தாள். இந்தச் சமயத்தில்தான் கம்பெனியின் வளர்ச்சி உச்சக்கட்டத்தில் இருந்தது என்று சொல்லலாம். என் வீழ்ச்சிகூட அப்போதே தொடங்கிவிட்டதோ என்னவோ. அந்த டைப்பிஸ்ட் பெண் எனக்குச் சினேகமானாள். அவள் எப்படிப்பட்ட அப்ஸரஸ் என்பது உங்களுக்குத் தெரியுமா? தெரிந்தால் நான் அதுபோன்ற ஒரு பெண்ணால் எப்படிக் கௌரவிக்கப்பட்டேன் என்பது உங்களுக்கு விளங்கும். என் அலுவலகத்தில் இருந்த எங்கள் தனிமையான நேரங்கள் அதற்கான சந்தர்ப்பங்களை எளிதாக உருவாக்கிக்கொடுத்தன. இதுகூட என்னுடைய பெரிய வெற்றிதான். எல்லா விதங்களிலும் ஒரு ஆண் வெற்றிபெறுவது அவனை எப்படிப்பட்டவனாக உணரச் செய்யுமென்று நீங்களே கற்பனை செய்துகொள்ளுங்கள். ஆனால் அவளுக்கு இன்னொரு இளைஞனுடனும் தொடர்பு இருந்தது தெரிந்தவுடன் என் கவனமெல்லாம் சிதையத் தொடங்கின. தொழில் பற்றிய யோசனைகள் போய் அவளைப் பற்றியே சதா சந்தேகம் கொண்டு, அதை ஊர்ஜிதப்படுத்தி, உறவைத் துண்டித்து, மீண்டு வந்து பார்த்தபோது என் தொழில் அதல பாதாளத்தைத் தொட்டிருந்தது.

இந்தச் சந்தர்ப்பத்தில்தான் அப்பா இறந்தார். ஊருக்குச் சென்று திரும்பி வந்த கையோடு என் தொழிலுக்கு முற்றுப்புள்ளி வைத்தேன். கடன் என்னை விழுங்கும் அளவுக்கு விஸ்வரூபம் எடுத்து நின்றது. யாரிடமும் சென்று வேலை செய்யவும் என் தன்மானம் இடம் தரவில்லை. எனக்காக ஒரு பூமி அங்கே காத்துக்கிடக்க எதற்காக இங்கே வந்து நாசமாக வேண்டும்? விவசாயம் செய்ய குடும்பத்துடன்

ஊருக்குப் புறப்பட்டுப் போனேன். அந்த வருமானத்தில் ஒரு சில கடன்களையாவது கொடுத்துவிடலாம் என்ற நம்பிக்கை.

என்னுடைய பதினேழு வயதுவரை எங்கள் கிராமத்திலேயே இருந்திருக்கிறேன். விவசாயம் எனக்குத் தெரிந்த தொழில்தான். என் ஆதாரமே எங்கள் நிலம்தான் என்ற நம்பிக்கை எப்போதும் இருந்து வந்திருக்கிறது. இதுதான் என்னை எங்கும் நிலைக்காமல் செய்தது என்றுகூடச் சொல்லலாம். விவசாயத்தைத் தவிர வேறு எல்லாமே பகட்டான தொழில்களாகவே இன்றுவரை எனக்கு தோன்றிக் கொண்டிருக்கின்றன. நகர வாழ்க்கை எனக்குச் சலித்துப் போய்விட்டிருந்தது. வைராக்கியத்துடன் மீண்டும் விவசாயத்தில் இறங்கினேன். விவசாய வேலைகள் எனக்கு ஒன்றும் புதிதல்ல. முன்பே அத்துப்படியான ஒன்றுதான். மீண்டும் அர்த்தமுள்ள ஒரு வாழ்க்கையைத் தொடங்கிவிட்ட தெம்பு என்னை உந்தித் தள்ளியது. ஸ்பேனரும் ஸ்குரூடிரைவரும் போய் மீண்டும் கலப்பையும் மண்வெட்டியும் எனது கருவிகளாயின. எனது பழைய வாழ்க்கைக்குப் பழகிகொள்ளப் பிரயத்தனம் கொண்டேன். பதினைந்து வருடம் இடையில் வந்து விழுந்து எல்லாவற்றையும் அந்நியமாக்கி வைத்திருந்ததுதான் என் துரதிர்ஷ்டம். மனிதர்கள் மட்டுமல்ல நிலமும் மாறிப்போயிருந்தது. ஒரு அந்நியனைப் போல பார்த்து, விலகிச் சென்றது. என்றைக்கும் ஆதி நீதான் என்று அதன் கால்களைக் கட்டிக்கொண்டேன். அது இரக்க பாவத்துடன் சொன்னது, ‘தாமதமாகத் திரும்பி வந்திருக்கிறாய். முன்பு நீ குழந்தையாக இருந்தபோது நான் இளமைப் பொலிவுடன் இருந்தேன். என் ரகசியங்கள் அடங்கிய வரைவை, கடவுள் பிரபஞ்சத்தின் பேரிருளுக்குள் மறைத்து வைத்திருந்தார். அதை எவ்வாறேனும் முழுதாக வாசித்து முடித்துவிட வேண்டுமென்ற மனித ஆர்வத்தால் இதை அறிவீனம் என்று சொல்வதைத் தவிர வேறு என்ன? நான் மூப்படையத் தொடங்கிவிட்டேன். இதோ பார் என்னுடைய உடலில் சுருக்கங்களை. என் முலைகளில் பால் வற்றிக்கொண்டு வருகிறது. கர்ப்பப்பையிலோ ஏராளமான கட்டிகள். வளம் குன்றி எங்கே நான் மலடியாகிப் போய்விடுவேனோ என்று அச்சமாக இருக்கிறது. என்னை நம்பிக் கொண்டிருக்கும் இந்த துரதிர்ஷ்டம் கொண்ட என் குழந்தைகளைப் பார். உடல் மெலிந்து, தேகம் வறண்டு, முகத்தில் மகிழ்ச்சி என்பதே கொஞ்சமும் இல்லாமல், கடன் காரர்களாக...’

பழைய கடன்கள், புதிய கடன்கள் எல்லாம் என்னைத் தீராத பழிகாரனாக்கிவிட்டன. எனக்கென்று இருந்த அந்த ஒரே சொத்தை, அந்த நிலத்தை விற்கவேண்டிய நிர்ப்பந்தத்திற்கு ஆளானேன். கடன் போக மீதி இருக்கும் தொகையைக் கொண்டு நகரத்திற்கே போய்

ஏதாவது தொழில் செய்யும் யோசனைக்கு நான் தள்ளப்பட்டேன். எனக்கு இப்போது இரண்டு குழந்தைகள். குழந்தைகளை நல்ல பள்ளியில் சேர்த்துப் படிக்கவைக்க வேண்டும் என்ற ஆசையில், என் மனைவியின் தூண்டுதலின் பேரில் இதோ இந்த நகரத்திற்குத் திரும்ப வந்துவிட்டேன். எதுவுமே எனக்குப் பொருந்திப்போகாமல் நாள்களைக் கடத்தியதில் கையிருப்பும் கரைந்துபோய்விட்டது.

இப்போது பணம் வேண்டும். அதைச் சம்பாதிக்க ஒரு வேலை. ஏதோ ஒரு வேலை. இப்படிப்பட்ட வேலையாகத்தான் இருக்க வேண்டுமென்ற நிபந்தனைகள் எதுவும் என்னிடம் இல்லை. நேர்மை, மனசாட்சி பற்றிய அவசியங்களையெல்லாம் கடந்து வாழ்க்கை நகர்ந்து கொண்டிருக்கையில் நல்ல வேலை, கெட்ட வேலை என்ற பாகுபாட்டைப் பற்றி ஏன் கவலைப்பட வேண்டும்? வாழ்க்கை எல்லாவற்றையுமே சரிபாதியாகத்தான் எனக்குக் கற்றுக்கொடுத்திருக்கிறது.

ரசனையுள்ள ஒரு குடிகாரனாக இருந்திருக்கிறேன். புழக்கத்தில் இருக்கும் எல்லா மதுவகைகள் பற்றியும் நான் அறிவேன். அவற்றின் தரம்பற்றியும் தெரியும். ஒவ்வொரு மதுவுக்கும் என்ன விதமான சேர்மானங்கள் தேவைப்படும், அளவுகள், பதங்கள், அதைத் தேர்ந்தெடுக்க வேண்டிய தட்பவெப்பம், மனநிலை, அதற்கு இசைவான நண்பர்கள், சூழல், தவிர்க்கவேண்டியவை எல்லாம் எனக்குள் அனுபவமாக நிரம்பியிருக்கிறது. இதற்காகப் பலரால் நான் மெச்சப்பட்டிருக்கிறேன்.

குடிக்கப்போகும் நண்பர்கள் இதற்காகவே என்னை அழைத்துச் செல்ல ஆவல் கொள்வார்கள். ஞாயிற்றுக் கிழமைகளில் என்னுடைய அறையில் ஆட்கள் சேர்ந்துவிடுவார்கள். சீட்டுக்கட்டுகளுடனும் பீருடனும் அந்த நாள் குதூகலமாகக் கழியும். உயர் அதிகாரிகள், பெரிய பணக்காரர்கள் முதல் சாதாரண கடைநிலை ஊழியர்கள்வரை என் கூட்டாளிகள்.

ஒரு நல்ல காதலனாகவும் என்னால் இருக்க முடியும். சக ஆண்களே பொறாமை கொள்ளும்படி தேகவளம் கொண்டவன்தான் நான். பள்ளிப் பருவத்திலேயே எனது காதல் அத்தியாயம் தொடங்கிவிட்டது. என் அம்மாவுக்குச் சமவயதுள்ள ஒரு பெண்ணின் மடியில் மயங்கிக் கிடந்திருக்கிறேன். என்ன செய்கிறோமென்று தெரியாமலேயே அவளுடன் சம்போகத்தில் கலந்திருக்கிறேன். கல்லூரி நாட்களில்தான் என் காதல் கொடிகட்டிப் பறந்தது. சாகசம் நிறைந்த அனுபவங்கள் அவை. ஒரு போலீஸ் கான்ஸ்டபிளின் மகளும், என் வகுப்பு மாணவியுமான ஒருத்தியை இரவில் சந்திப்பதற்காகச் சுவரேறிக் குதித்திருக்கிறேன். ஒரு பெண்ணின் மாமனிடம் அடிவாங்கிச் செத்துப் பிழைத்திருக்கிறேன்.

டெக்ஸ்டைல் சர்வீஸ் வேலை விஷயமாக வெளியூரில் லாட்ஜிகளில் தங்கிய காலங்களில் ரகரகமான விலைமாதர்கள் எனக்கு அறிமுகமாகியிருக்கிறார்கள். பிறகு அந்த டைப்பிஸ்ட். எத்தனை விதமான உடல்கள், விதவிதமான துடிப்புகள், வேகங்கள், முயக்கங்கள். ஒரு பெண்ணை எதிர்கொள்வது அவ்வளவு எளிதான விஷயமா? இளம் பெண்கள், திருமணமானவள், விதவை, விபச்சாரி, மூப்பு கண்டவள் யாருக்கும் உற்ற காதலனாக என்னால் இருக்க முடியும்.

நான் நல்ல சீட்டாட்டக்காரன் என்று என் நண்பர்கள் சொல்கிறார்கள். கல்லூரி விடுதியில் தொடங்கி, வேலைக்காக நகரத்தில் தங்கியிருந்தபோது அதில் நான் கற்றுக்கொண்ட வித்தைகள் ஏராளம். இன்றும் அது தொடர்கிறது என்பதைச் சொல்லித்தான் ஆக வேண்டும். அவ்வப்போது இழப்புகள் உண்டு என்றாலும் ஒரு சொற்ப வருமானம் அதில் கிடைக்கத்தான் செய்கிறது. சில நேரங்களில் கணிசமாகவே கிடைத்துவிடும். தைரியமும் சூட்சும அறிவும், மனிதர்களை எளிதாகப் புரிந்துகொள்ளக்கூடிய பக்குவமும் இருந்தால்தான் ஒரு நல்ல சூதாட்டக்காரனாக இருக்கமுடியும். நிறைய சூதாட்டக்காரர்கள் என்னையும் சேர்த்துத்தான் தங்களுடைய திறனை வீணடித்துக் கொண்டிருக்கிறார்கள் என்றுதான் நான் சொல்வேன். இப்படியும் சொல்லலாம்: இன்று அதிகாரத்தில் உள்ளவர்கள், பெரிய வியாபாரிகள் எல்லாம் சிறந்த சூதாடிகளின் பாத்திரத்தை வகிப்பவர்கள்தான். இதற்கெல்லாம் அதிர்ஷ்டம் வேண்டும், அதிர்ஷ்டம். அப்படி ஒரு வாய்ப்பைத்தான் நான் தேடிக்கொண்டிருக்கிறேன்.

இதையெல்லாம் நீங்கள் ஒரு வேலைக்கான தகுதிகள் என்று கொள்ளவில்லையென்றாலும், ஒரு துறையில் என்னால் எப்படிச் செயல்பட முடியும் என்பதைத் தெரிந்துகொள்வீர்கள் என்ற நம்பிக்கையில்தான் குறிப்பிட வேண்டியிருக்கிறது.

உங்களுக்குத் தெரியுமில்லையா இதுபோன்ற ஒரு நகரத்தில் ஒரு குடும்பத்தை நடத்திச் செல்வது எவ்வளவு சிரமமான காரியமென்று? வீட்டு வாடகை, சமையல் செலவு, மருத்துவச் செலவு, பிள்ளைகளின் படிப்புக்கு, துணிமணிகள், சோப்பு போன்ற இதர செலவுகள், இதிலெல்லாம் அடங்காத, அழையா விருந்தாளியாக வந்து நிற்கும் செலவுகள், கடன்கள்... கடன் வாங்குவதற்காக இருந்த வழிமுறைகள் எல்லாம் தீர்ந்துபோய்விட்டன.

எல்லாம் இருந்தும் எனக்குச் சொந்தமற்று, வணிக வளாகம்போல நிற்கிறது இந்த வாழ்க்கை. ஒரு நிறைவான குடும்பத்திற்குத் தேவைப்படுவதாகத் தோன்றும் எல்லாம் இங்கே கிடைக்கிறது. எல்லாவற்றிற்கும் விலை. பாருங்கள், இதோ தினம்தினம் எவ்வளவு

பொருட்களை மனிதர்கள் வாங்கிக் குவிக்கிறார்கள். பணம் கரை புரண்டோடுகிறது. ஆனால் என் ஜோபி மட்டும் காலியாக இருக்கிறது. வெற்று மனிதனைப் போல இந்த வாழ்க்கையின் முன்னால் நின்று கொண்டிருக்கிறேன். ஏன் இவர்களைப்போல என்னால் வாழ முடியவில்லை? இந்த முப்பத்தியெட்டு வருட வாழ்க்கையில் நிறைய கற்றுத் தேர்ந்திருக்கிறேன். எனக்கான வழித் தடம் எங்கோ இருக்கிறது. அது எங்கு என்றுதான் தெரியவில்லை. அது உங்கள் மூலமாகக் கண்டடையக் கூடியதாகக்கூட இருக்கலாம். இவற்றை உரிய கவனத்தோடு பரிசீலனை செய்து நல்ல வேலைக்கான வழிமுறையைக் காட்டுவீர்கள் என்ற நம்பிக்கையுடன் இந்த விண்ணப்பத்தை உங்கள் முன் சமர்ப்பிக்கிறேன்.

இப்படிக்கு,
தங்கள் உண்மையுள்ள,
க. சொக்கலிங்கம்

ஜோசப்பின் மரணம்

"ஜோசப்பு செத்துட்டான்."
"எந்த ஜோசப்?"

இது பக்கத்துத் தெரு ஜோசப். மனைவியையும் இழந்து, போன வருஷம் ஒரு விபத்தில் தனது மகனையும் இழந்து, காசநோயுடன் தனியாக வாழ்ந்து வந்த ஜோசப். ஐந்தாறு வருஷங்களுக்கு முன்னால் ஒரு ஜோசப் செத்துப்போனான். அவன் நோய் வந்து சாகவில்லை. இதுபோன்ற ஒரு கோடைக் காலத்தில்தான் என்னால் கொலை செய்யப்பட்டு இறந்து போனான். அது ஒரு பெண் விவகாரம். அந்த மதுவிடுதியின் புழுக்கமும் அன்று வீதியில் பரவியிருந்த குளிர்ச்சியும் பீதி நிறைந்த அவனுடைய மரணமும் கலந்த அந்த இரவின் ஒவ்வொரு கணத்தையும் என்னால் இப்போதும் ஞாபகம் கொள்ள முடியும்.

சாவதற்குச் சற்றுமுன் ஒரு மதுவிடுதியில் எனக்கெதிரே உட்கார்ந்து அவன் சிகரெட் பிடித்துக்கொண்டிருந்தான். அவனுக்கு முன் மேஜையின் மேலிருந்த ஒரு பெட்டியிலிருந்து சிகரெட்டுகளை எடுத்து, தொடர்ச்சியாக அவன் புகைத்துக்கொண்டிருந்தான். அது போர்முரசுபோல எனக்குத் தோன்றியது. சிகரெட்டின் மேல் எனக்கு வெறுப்பு இருந்தது உண்மைதான். யாராவது இதை நிரூபிக்க விரும்பினால் இரண்டு உதாரணங்களைச் சொல்லக்கூடும். திரையரங்கு ஒன்றில் எனது எச்சரிக்கையையும் மீறி சிகரெட் பிடித்தவன் மேல் நான் எச்சிலைத் துப்பியது. இரண்டாவது, பேருந்துப் பயணத்தின்போது இதுபோலப் பலமுறை நிகழ்ந்திருக்கிறது. சிகரெட் பிடித்த ஒருவனை நடத்துநரின் ஒப்புதலுடன்

ஆட்களற்ற வனாந்தரத்தில் இறக்கிவிட்டது. அவன் குடித்திருந்தும்கூட நான் இரக்கம் காட்டவில்லையாம். இப்படிச் சொல்பவர்கள் சிகரெட்டுக்கு ஆதரவான நியாயங்களைப் பேசி என்னை ஆத்திரப்படுத்தினான் என்பதை ஏன் கவனிக்க மறுக்கிறார்கள்? மேலும் நான் ஜோசப்பைக் கொன்றது அவன் சிகரெட் பிடித்தான் என்பதற்காக அல்ல.

அவனுடைய வீட்டிலிருந்து நான் வெளியே வருவதைப் பார்த்து விட்டுத்தான் அவன் என்னைப் பின்தொடர்ந்து வந்திருக்க வேண்டும். தாமதமாகத்தான் அதைக் கவனித்தேன். எந்தச் சூழலை நான் சந்திக்க அஞ்சினேனோ அதற்குள் நான் தள்ளப்பட்டேன். என் பதற்றத்தை வெளிப்படுத்திக்கொள்ளாமல், ஆட்களின் நடமாட்டங்களினூடே புகுந்து மதுவிடுதியை அடைந்தேன்.

நான் உட்கார்ந்திருந்த மேஜையையே தேர்ந்தெடுத்து எனக்கெதிரேயும் வந்து உட்கார்ந்துவிட்டான் அவன். கத்தி போன்ற ஏதோ ஒரு ஆயுதம் அவனிடம் இருந்திருக்க வேண்டும். அவனைப் போன்ற ரெளடிகளிடம் அது அவசியம் இருக்குமென்றே தோன்றியது. ரோஸ்மேரி கூட இதை உறுதிப்படுத்தியிருக்கிறாள்.

ஜாக்கிரதையாக இரு, அவன் உன்னைக் கொன்றுவிடுவான் என எச்சரித்திருக்கிறாள். அவனிடம் கத்தி இருக்குமென்று எப்படி நம்பினேனோ அதுபோல அவனுடைய ஆண்குறியும் நீளமாக இருக்குமென்ற என் யூகத்தை அவள்தான் தகர்த்தெறிந்தாள். அவனுடையது எனதைவிடச் சற்று குட்டைதானாம். இந்தத் திமிர்தான் அவனைக் கொல்லும் துணிச்சலை எனக்குக் கொடுத்ததோ என்னவோ.

குடிபோதையில் அசட்டுத்தனமாக தவறான புரிதலில்கூட இதைச் செய்திருக்கலாம் என்ற சந்தேகம் இப்போதும் எனக்கிருக்கிறது. அவனைப் பற்றி எனக்குள் உருவாகியிருந்த பயம்தான் அந்தச் சூழலை அப்படிப் புரிந்துகொள்ளச் செய்திருக்க வேண்டும்.

இந்தப் பாவத்திலிருந்து என்னை விடுவித்துவிடு என்று பலமுறை நெஞ்சுருக கர்த்தரிடம் பிரார்த்தித்துக் கெண்டிருக்கிறேன். இன்றுவரை அவருக்கும் எனக்கும் மட்டுமே தெரிந்த ரகசியமாகவே அது இருந்து வருகிறது. ரோஸ்மேரிக்குக்கூட என்மேல் சந்தேகம் ஏற்படவில்லை. கொஞ்சம் நாள் அழுது புலம்பிக் கொண்டிருந்தவள் பிறகு எல்லாம் சரியாகிவிட்டது போல சகஜமாகக் காணப்பட்டாள்.

பிறகு வந்த நாட்களில் அவளுடைய நடவடிக்கைகள் என்னால் யூகிக்க முடியாத ரகசியங்களாகிவிட்டதால் போய் வருகிறேன் என்று சொல்லி வந்துவிட்டேன். சரி துரை போய் வா என்று அவளும் விடைகொடுத்து அனுப்பிவிட்டாள்.

அந்தக் கொலைக்கும் எனக்குமான சம்பந்தம் யாருக்கும் தெரியாமல் போனது எப்படி? ஏன் ஒருவரும் சந்தேகம் கொள்ளவில்லை? ஒருவேளை தெரிந்தும் அவன்மீதான வெறுப்பின் காரணமாகவோ அல்லது ஒரு கொலையை உச்சரிப்பதில் உள்ள அச்சத்தின் காரணமாகவோ, காட்டிக் கொடுப்பதால் வரவிருக்கிற பின்விளைவைப் பற்றி யோசித்தோ அவர்கள் இதுபற்றிப் பேசாமல் போயிருக்கலாம். அவனுடைய சூழலுக்குள் பொருத்திப் பார்க்க இயலாத என்னுடைய நாகரிகத் தோற்றம்கூடக் காரணமாக இருக்கலாம். கோஷ்டி மோதலில் யாரோ கொன்று போட்டுவிட்ட தாகத்தான் போலீஸ் இந்த விஷயத்தைக் கையாண்டது. சில நாள் பரபரப்பாகப் பேசப்பட்டுப் பொசுக்கென்று அடங்கிவிட்டது. யாருக்கும் உரிமையில்லாமல், அந்தக் கொலை அந்தரத்தில் கரைந்துபோனது.

ரோஸ்மேரியைப் பார்ப்பதற்காக எத்தனையோ முறை அந்தப் பிரதேசத்திற்குப் போயிருக்கிறேன் என்றாலும் ஒருமுறைகூட அந்த மதுவிடுதிக்குள் நான் நுழைந்ததில்லை. மூன்றாம் தரத்தில் பராமரிக்கப்பட்டு வந்த அந்த விடுதிக்குள் நுழைந்தது அசந்தர்ப்பமாகத்தான். மேலும் அது ஒரு பீதி நிறைந்த குகையைப் போல இருந்தது. மது மற்றும் சிகரெட் புகையின் நாற்றத்திற்கு பழகிக்கொள்ள வேண்டியிருந்தது. ஒவ்வொரு மேஜையும் ஒரு தீவு போலத்தான். யாரும் யாருடைய தீவுக்குள்ளும் பிரவேசிக்க அச்சப்பட்டவர்களாக இருந்தார்கள். அவர்களது தோற்றங்களும் உரத்த பேச்சும் வசைகளும் யாரையோ பழிதீர்க்க வந்து காத்திருப்பதான பாவனைகள் கொண்டிருந்தன. அவனைப் பார்த்ததும் ஒரு ஆட்டோவைப் பிடித்துக்கூட அங்கிருந்து போய்விட்டிருக்கலாம். ஏன் செய்யாமல் போனேன்? என் கையால் அவன் சாக வேண்டும் என்பது கர்த்தரின் விருப்பமாக இருந்திருக்கிறது.

நான் கேட்டிருந்த ஓட்கா, எலுமிச்சை, கடலையைக் கொண்டுவந்து வைத்தான் பையன். பெப்பர் சிக்கன் ஒன்றுக்கு ஆர்டர் சொன்னேன். எலுமிச்சையை அறுப்பதற்காக ஒரு கத்தியைக் கொண்டுவந்து பையன் வைத்துவிட்டுப் போனான். கூர்மையான சிறு கத்தி அது. உங்களுடைய யூகம் சரிதான். இந்தக் கத்தியால்தான் அவனைக் கொன்றேன். இரண்டுமுறை அது அவனுடைய வயிற்றில் பாய்ந்து இறங்கியது.

ஒரு தீர்மானத்துடன்தான் அவன் உட்கார்ந்திருக்கிறான் என்பதை என்னால் உணர முடிந்தது. அதிகப்படியான பதற்றமோ கோபமோ அவனிடம் இல்லை. என்னை ஒரு குறுக்கீடாக மட்டுமே நினைத்து அப்புறப்படுத்த விரும்புகிறானோ? அவர்கள் இருவருக்கும் கணவன் மனைவி உறவுதானா என்ற சந்தேகம், அவள் அப்படித்தான் சொல்லிக்கொண்டிருந்தாள் எனக்கு இருந்தது. அவனுடைய வைப்பாட்டியாகக்கூட இருந்திருக்கலாம். கடைசிவரை இது எனக்குப்

பிடிபடவே இல்லை. ஒரு ஞாயிற்றுக்கிழமை தேவாலயத்திற்குள் பைபிளுடன் நுழைந்தபோதுதான் முதன்முதலாக அவளைப் பார்த்தேன். அவளுடைய பார்வையும் உடலின் வனப்பும் புணர்ச்சி வேட்கையைத் தூண்டுவனவாக இருந்தன. அவளைப் புணர வேண்டுமென்று அக்கணமே ஒரு தீர்மானம் செய்துகொண்டேன். பெண்களை வசீகரிக்கக்கூடிய தோற்றத்துடனும் பேச்சுடனும் வேட்டைக்குப் புறப்பட்ட காலமது. அதிகபடியான எத்தனங்கள் வேண்டியிராமல் இரண்டு மூன்று சந்திப்புகளிலேயே அவளும் அதற்குத் தயாராகிவிட்டாள். படுக்கையில் ஒருவனை சுத்த ஆண்மகனாக நடத்துவது எப்படி என்று தெரிந்து வைத்திருந்தாள். அவளால்தான் அவனைக் கொல்லும் துணிச்சல் எனக்கு வந்திருக்க வேண்டும். அவனுக்கெதிரே உட்கார்ந்திருந்த கால அவகாசத்தில் இதைத் தெளிவாக நான் உணர்ந்தேன். எங்களுடைய பார்வைகள் சந்தித்துக்கொண்ட கணங்களில் ஒருவருக்கொருவர் உதாசீனப்படுத்துவதான பார்வைகளைப் பரிமாறிக்கொண்டோம்.

போதையால் நான் பலவீனப்படும் சந்தர்ப்பத்திற்காக அவன் காத்திருக்கிறான் என்றே தோன்றியது. நிச்சயமாக எனக்கு அவனைக் கொலைசெய்யும் நோக்கம் துளிகூட இல்லை என்றுதான் சொல்ல வேண்டும். அங்கிருந்து எப்படி நழுவிச் செல்வது என்பதில்தான் கவனம் இருந்தது. ஒரு கட்டத்தில் சமாதானமாகி அவன் எழுந்து போய்விட வேண்டுமென்று விரும்பினேன். அந்தச் சூழலை இசைவுபடுத்த நான் சில தந்திரங்களைக்கூடக் கையாண்டு பார்த்தேன். எனக்குப் பக்கத்தில் அவனுக்கு நேர் எதிரே உட்கார்ந்து ஓட்கா, எலுமிச்சைக் கலவையால் வியப்படைந்த ஒருவனுக்கு அதன் லகுவான போதையைப் பற்றி எடுத்துரைத்தேன். தாமதத்திற்குக் கடிந்துகொள்ளாமல் பையனிடம் சிக்கன் நன்றாக இருந்ததாகச் சொன்னேன். காலி பாட்டிலின் வாயில் தீக்குச்சி ஒன்றை வைத்து, இன்னொரு தீக்குச்சியைக் கொளுத்தி பாட்டிலுக்குள் போட்டு ராக்கெட்விட்டுக் காண்பித்தேன். பாட்டிலில் எஞ்சியிருந்த ஆல்கஹால் சீறி எரிந்து அங்கிருந்த சிலரைத் திடுக்கிடச் செய்தது.

ஜோசப் தொடர்ந்து புகைத்துக்கொண்டிருந்தான். மேலே சுழன்றுகொண்டிருந்த மின்விசிறி புகை கலந்த வெப்பக்காற்றைச் சுழற்றி அடித்துக்கொண்டிருந்தது. என் சுவாசத்தில் அமிலத்தைத் தெளித்துக்கொண்டிருந்தான் அவன். கழுத்துவரை நீண்டு தொங்கிய அவனுடைய பங்க் கிராப்பும் இறுக்கமான அரைக்கை சட்டையும் பேண்டும் இந்த ரௌடிகளென்று அழைக்கப்படுபவர்கள் எல்லாமே காலத்திற்குச் சற்றுப் பின்தங்கிய நாகரிகம் கொண்டவர்களாக ஏன் தோற்றம் தருகிறார்கள்? அவசியமெனப்பட்ட ஒரு சில வார்த்தைகளுக்குமேல் அவன் பேசவில்லை. அவனுடைய மௌனம் அங்கிருப்பவர்களை அச்சம் கொள்ளச் செய்யுமளவுக்கு எதிர்நிலைக்கு

நகர்ந்துகொண்டிருந்தது. பரிமாறுபவன் அவனிடம் பேசுவதற்கே பயந்துகொண்டிருந்தான். மதுவருந்திக்கொண்டிருந்த சிலர் ஒருவருக்கொருவர் தங்களது பார்வைகளால் எச்சரிக்கை செய்து கொண்டிருந்ததையும் நான் கவனித்தேன். அங்கிருந்து போய் விடுவதில் அவர்கள் ஆர்வம் காட்டுவதாகத் தோன்றியது. இதுதான் என்னை மேலும் வைராக்கியப்படுத்தியிருக்க வேண்டும். பையன் கொண்டு வந்து கொடுத்த கத்தியைப் பாதுகாப்பாகப் பக்கத்திலேயே வைத்துக்கொண்டேன்.

வலிந்து ஒரு சண்டைக்கு அழைத்துப் பிறகு கொல்லப் போகிறானோ என்பது போன்ற என் சந்தேகத்தைப் பலவீனப் படுத்தும் விதமாக ஒரு குவார்ட்டர் ஜானக்ஷா பிராந்தியைக் குடித்துவிட்டு அமைதியாக சிகரெட் புகைத்துக்கொண்டிருந்தான். யார் முதலில் எழுந்துபோவது என்ற சங்கடத்தில் இருந்ததாகவும் தோன்றியது. நான் முதலில் எழுந்து சென்றால் பின்தொடர்ந்து வந்து கொன்று விடுவானோ என்ற அச்சத்தில் நான் இருந்தேன்.

நாம் பகையாளி இல்லை என்பது போலவும் எது ஒரு விஷயத்திலும் நாம் சம்பந்தமற்ற ஆட்கள் என்பதையும் அவன் உணரும்படியான ஒரு தோற்றத்தை அங்கே ஏற்படுத்த விரும்பினேன். அதனால்தான் அவன் எழுந்து சென்றபோதும் அவனைத் திரும்பிப் பார்க்காமல் இருந்தேன். அவன் எந்தத் திசையில் போனான் என்பதைக்கூட நான் கவனிக்கத் தவறினேன். நான் பார்ப்பதை அவன் பார்த்துவிட்டால் எல்லாம் ஊர்ஜிதமாகி விடும்தானே.

ஐந்து நிமிட தாமதத்திற்குப் பின் நானும் எழுந்து வெளியே வந்தேன். யாரும் கவனிக்காத விதத்தில் கத்தியை எடுத்து பேண்ட் பாக்கெட்டில் வைத்துக்கொண்டேன். என்னைக் கொல்லும் நோக்கம் இருந்தால் நான் போக வேண்டிய பாதையில்தான் பதுங்கிக் காத்திருக்க வேண்டும். ஆகையால் அவன் வீடு இருக்கும் திசையில் நடந்தேன். ஒரு சாகசத்திற்குத் தயாராகிவிட்டது போலவும் இருந்தது.

குளிர்ந்த காற்றால் நான் மூழ்கடிக்கப்பட்டேன். தெருவில் மட்டுமல்ல; சந்துபொந்துகளில்கூடப் புகுந்து நகரத்தைக் குளிர்வித்துக் கொண்டிருந்தது காற்று. போதையின் மயக்கம் வழக்கத்தைவிட குறைவாக இருந்தது. மதுவிடுதியின் புழுக்கமும் என்னுடைய பதற்றமும் காரணமாக இருக்கலாம். என்னுடைய பிரக்ஞையின் தெளிவு என்னைத் தைரியப்படுத்தியதாக உணர்ந்தேன். என்னைக் கொல்வதற்கான வாய்ப்பை அவனுக்குத் தந்துவிடக்கூடாது என்பதில்தான் என் கவனம் இருந்தது. ஒரு காட்டேஜ் இண்டஸ்ட் ரிக்குப் பக்கத்தில் வேலிமுள் புதருக்கு அருகில் அவனைச் சந்திக்கும்வரை இந்தச் சிக்கலிலிருந்து தப்பித்துவிடலா மென்றே நான் நம்பிக் கொண்டிருந்தேன். அவன் அங்கே நின்று மூத்திரம் பெய்து கொண்டிருந்தான்.

அவனைக் கண்டதும் மனம் துணுக்குற்றது. நான் வருவதைத் தெருவிளக்கின் மந்தமான ஒளி அவனுக்குக் காட்டிக்கொண்டிருந்தது. என் நடையை நிறுத்தவில்லை. பதற்றத்துடன் அவனைக் கடந்து சில அடிகள் கடந்தபோது அவன் குரல் ஒலித்தது, "யாரு?"

தயக்கத்துடன் நான் நின்றேன். அவன் என்னை நோக்கி வந்து கொண்டிருந்தான். அவனுடைய நடையில் தடுமாற்றம் இருந்தது. எனக்காகத்தான் அவன் காத்துக்கொண்டிருந்தானா? ஜோபியிலிருந்த கத்தியை நான் தடவிப் பார்த்துக்கொண்டேன். நிலைமை மோசமடையும்போது முந்திக்கொண்டுவிட வேண்டும்.

"எங்க போவணும்?"

நான் பதில் பேசாமல் நின்றேன்.

"எந்த ஏரியா?"

நான் குடியிருக்கும் இடத்தைச் சொன்னேன்.

"இங்க எங்க வந்தே?"

நண்பன் ஒருவனைப் பார்ப்பதற்காக வந்தேன் என்றேன்.

"இந்த நேரத்தில அவங்கிட்ட என்ன வேலை?"

நான் பதில் சொல்லவில்லை.

"கேக்கிறேன் இல்ல."

அவனுடைய மிரட்டலுக்குப் பயப்படாதவன் போல என்னை விறைப்பாக்கிக்கொண்டு அவனை உற்றுப் பார்த்தேன். இந்தத் துணிச்சல் அவனைச் சற்றுப் பணிய வைக்குமென நினைத்தேன்.

"என்ன மொறைக்கிறே? கடையிலயே உன்னைப் பார்த்தேன். இந்த சேஷ்டையெல்லாம் வேற எங்கேயாவது வச்சிக்க, என்ன."

இது என்னை அவமானப்படுத்துவதாக இருந்தது. அவனுடன் பேசுவது நிலைமையை இன்னும் சீரழித்துவிடும்போலத் தோன்றியதால் அவனைப் பொருட்படுத்தாமல் போவதென முடிவுசெய்தேன். அது அவனை ஆத்திரப்படுத்தி ஒரு விபரீதத்திற்குள் தள்ளப்போகிறது என்று தெரிந்தும் திரும்பிப் பார்க்காமல் நடந்தேன். அவனுடைய மங்கிய நிழல் என் நிழலை நெருங்கி வந்தது. அவனுடைய கை ஒன்று என் தோளின்மேல் பதிந்தது. அடிவயிற்றில் பீதி கவ்வியது. அச்சத்துடன் திரும்பினேன். அந்தக் கணம் சமீபித்துவிட்டது. ஆமாம், அதிலிருந்து தப்ப முடியாதுபோல. கத்தியைப் பற்றிக்கொண்டேன்.

என் சட்டையை எட்டிப் பிடித்தவன் "தேவிடியாப் பையா..." என்று தொடங்கி ஆபாசத்துடன் திட்டத் தொடங்கினான். அவனுடைய இன்னொரு கை இடுப்பில் எதையோ எடுப்பதற்குத் துழாவிக் கொண்டிருந்ததாகத் தோன்றியது. எனக்களிக்கப்பட்ட அவகாசம்

அதுதான்; அதை நழுவ விட்டுவிடக்கூடாது. தாமதம் செய்யாமல் கத்தியை எடுத்து அவன் வயிற்றில் சொருகினேன். அது உள்ளே செல்வதற்கான வலிமையை என் கைக்குக் கொடுத்து அழுத்தினேன். சரியாக அது பதிந்துவிட்டதன் தெம்புதான் மேலும் ஒருமுறை அதைச் செலுத்தத் தூண்டியிருக்க வேண்டும். எதிர்பாராத இந்தத் தாக்குதலால் பீதியுற்றவனாக என் தோள்களைப் பற்றிக்கொண்டு வாயைக் கோணியபடி மெல்லக் கத்தினான், "ஆண்டவரே" என் செயலின் விபரீதத்தைச் சட்டென்று உணர்த்தும்படி இருந்தது அந்த அழைப்பு. மேலும் கத்தவிடாமல் கழுத்தை அழுத்தமாகப் பற்றிக்கொண்டேன். மூச்சுத்திணறலுடன் உடலைத் திமிறிக்கொண்டு என்னை எட்டித் தள்ளினான். அவனைவிட்டு விலகி நகர்ந்தேன். சில அடிகள் முன்னும் பின்னும் தடுமாறியபடி கீழே சரிந்தான். அவனுடைய உடல் கடைசித் துடிப்புகளில் இருந்தபோது கத்தியைப் பிடுங்கி எடுத்துக்கொண்டு அங்கிருந்து நடந்தேன்.

என் உடல் நடுங்கிக்கொண்டிருந்தது. கால்கள் பலமிழந்து பயத்தின் வேகத்திற்கு ஒத்துழைக்க மறுத்தன. பிரதான சாலைக்கு வந்ததும் கத்தியைச் சாக்கடைக் கால்வாயில் எறிந்தேன். அந்த அகன்ற சாலை ஆளரவமின்றி நீட்டிப் படுத்திருந்தது; கறுத்த நிறத்தில் நரகத்திற்கு இட்டுச் செல்லும் பாதைபோல. அங்கே நான் மட்டுமே இருந்தேன், அந்தக் கொலைக்குப் பிரதிநிதியாக. உடலை வறண்டுபோகச் செய்த பீதியின் கனலுடன் வேகமாக நடந்தேன். ஓடினேன் என்றும் சொல்லலாம்.

பூனை ஏன் தற்கொலை செய்துகொள்ள வேண்டும்?

மேலே சுழன்றுகொண்டிருந்த மின்விசிறியை வெறித்தபடி அவன் படுத்திருந்தான். அவனுடைய பிரக்ஞைக்குள் மின்விசிறி இல்லை; வேறு ஏதேதோ யோசனைகள். வெற்று மார்பில் அடர்ந்திருந்த கேசத்தை வருடிக்கொண்டிருந்தன அவன் விரல்கள். அறை வெறிச்சோடிக் காணப்பட்டது. சில புத்தகங்களும் பத்திரிகைகளும் கட்டிலின் ஓரத்திலும் டீப்பாயின் மேலும் இரைந்து கிடந்தன. அவனுடைய பொருள்கள் என்று அங்கே அதிகமில்லை. யாராவது பார்த்தால் நிச்சயம் அவன் மாத வாடகையில் இங்கே வந்து தங்கியிருக்கிறான் என்பதை நம்ப மாட்டார்கள். ஆனால் அப்படித்தான் சொல்லிக்கொண்டு வந்திருக்கிறான். இதிலொன்றும் பெரிய சதி இல்லை. எவ்வளவு நாட்கள் தங்கவேண்டியிருக்கும் என்பது அவனுக்கே தெரியவில்லை என்பததால்தான் இந்த ஏற்பாடு. ரயில் நிலையத்திற்கு எதிரே ஜனசந்தடி நிறைந்த ஒரு சாலையில் இருந்தது அந்த விடுதி. மூன்றாவது மாடியில் தனித்திருந்த ஒரு அறை அது. கீழே இருக்கும் அறைகளைவிட சற்றுப் பெரியது. ஜன்னல் ரோட்டைப் பார்த்தவாக்கில் இருந்தது.

அவன் இங்கே வந்து ஒரு வாரம் முடியப்போகிறது. சதா படிப்பதும், யோசிப்பதும், உறங்குவதுமாக இருந்து கொண்டிருக்கிறான். வெளியேகூட அதிகமாக எங்கும் நடமாடப் போகவில்லை. உணவை விடுதிப்பையன் வாங்கிவந்து கொடுத்துக் கொண்டிருந்தான். தெரிந்தவர்கள் யார் கண்ணிலும் பட்டுவிடக்கூடாது என்ற அச்சம்தான் அவனை இந்த அறைக்குள்ளாகவே அடைந்து கிடக்கச்செய்தது.

தூங்க வேண்டுமென்ற விருப்பம், இரைச்சலிடும் யோசனைகளால் நிறைவேறாமல் போய்க்கொண்டிருந்தது. இன்று பகலில் நடந்த ஒரு சம்பவம் அவனுக்குள் ஏதோ ஒன்றை உறுதிபடுத்திக்கொண்டிருப்பதாக தோன்றியது. வெளியே ஏதோ பரபரப்பான சப்தம் கேட்கிறதே என்று அறையைவிட்டு வெளியே வந்து பார்த்தான்.

விடுதிப்பையன்கள் இங்கும் அங்குமாக ஓடிக் கொண்டிருந்தார்கள். அவர்களுக்கிடையே சட்டென்று தோன்றி மறைந்த ஒரு பூனையின் உருவத்தை அவன் பார்த்தான். ஆமாம், அதைத்தான் துறத்திக் கொண்டிருக்கிறார்கள். ஒரு பையனை நிறுத்தி, எதற்காக அதைத் துரத்துகிறீர்கள் என்று கேட்டான். “பூனை தற்கொலை செய்துகொள்ளப்போகிறது’ என்று சொல்லிவிட்டு அவசரமாக ஓடி அவர்களுடன் சேர்ந்து கொண்டான். அங்கே நடப்பதை இவன் பார்த்துக்கொண்டிருந்தான்.

பூனையும் பையன்களும் ஆங்காங்கே தோன்றி மறைந்து கொண்டிருந்தார்கள். பூனை அகப்பட மறுத்தது. புதுப்புது உத்திகளில் தப்பித்து தாவிப் பாய்ந்து கொண்டிருந்தது. பையன்களும் விடுவதாக இல்லை. துரத்திக்கொண்டிருப்பதே அவர்களை கிளர்ச்சியடையச் செய்திருக்க வேண்டும். அந்த சம்பவத்தின் உச்சகட்டமாக பையன்களின் முற்றுகையிலிருந்து தப்பிக்க மாடியிலிருந்து பூனை கீழே குதித்துவிட்டது. வெற்றியின் மிதப்பில் கூச்சலிட்டுக்கொண்டு பூனையைப் பார்க்க படிகளில் சப்தத்துடன் இறங்கி ஓடிக்கொண்டிருந்தார்கள் அவர்கள். இவனும் தன்னுடைய அறைக்குள் சென்று ஜன்னலின் வழியே கீழே பார்த்தான். பூனை சாலையில் விழுந்துகிடந்தது.

பகல் பொழுதில் ஜன்னலுக்கு அருகே உட்கார்ந்து சாலையை வேடிக்கைப் பார்த்துக்கொண்டிருப்பான். ஜன்னலுக்குக் கம்பிகள் இல்லை. கண்ணாடிக் கதவைத் திறந்தால் கீழே சாலையில் போகும் நாகரீக யுவன்களையும், யுவதிகளையும் இங்கிருந்து தெளிவாகப் பார்க்க முடியும். உணவுவிடுதிகளிலும், துணிக்கடைகளிலும் நேர்த்தி காட்டி நாசுக்குடன் பாயும் அவர்களை வேடிக்கை காட்சிபோல பார்த்துக்கொண்டிருப்பான். ஒருவருடைய முகத்திலும் சாந்த மில்லை; பிரகாசம் இல்லை. இவர்களுடன் பேசுவதற்கும் உறவாடுவதற்கும் என்ன இருக்கிறது? அவனுடைய மனைவியுடன் நடக்கும் சம்பாஷணையை நினைத்துக்கொள்வான்.

சாதாரண உரையாடல் கூட சண்டையில்தான் போய்முடிகிறது. சிறிது பிசகினாலும் நம்மை அதல பாதாளத்தில் தள்ளிவிட்டு விடுகின்றன இந்த வார்த்தைகள். மொழிகள் எல்லாமே அழிவை நோக்கி நம்மை அழைத்துச்செல்லும் கருவிகளாக மாறிக்கொண்டிருப்பதாக அவனுக்குத் தோன்றியது. அவை கொலைகளுக்கான நியாயங்களை உற்பத்தி செய்துகொண்டே இருக்கிறன.

என்.டி.ஜோசப் என்ற பாதிரியார் மலையாளத்தில் எழுதி, நீலவாணன் என்பவரால் தமிழில் 1962இல் வெளிவந்த "இந்தியாவில் பலிகள்' என்ற பழைய புத்தகம் ஒன்றையும் சமீபத்தில் அவன் படித்திருந்தான். உயிர்களை பலி கொடுப்பது கடவுளுடன் செய்யும் பரிவர்த்தனையாக அவருக்கு தோன்றுகிறது. மனிதனின் குற்றவுணர்வுதான் இதற்கு காரணம் என்கிறார் அவர். எல்லா உயிர்களுக்கும் இயற்கை வழங்கியுள்ள கொடையைதான் அபகரித்து உண்பது அவனை பரிகாரம் செய்ய நிர்ப்பந்திக்கிறது. இதுதான் புதையலுக்காக நரபலி செலுத்துவதுவரை அவனை இட்டுச்செல்கிறது என்ற முடிவுக்கு வருகிறார். இயற்கையிலிருந்து விலகுவதன் காரணமாக அதன் சமநிலைப்பற்றிய பிரக்ஞையை மனிதன் கொஞ்சம் கொஞ்சமாக இழந்து வருகிறான் என்பதையும் அவர் சுட்டிக்காட்டுகிறார். மனிதனாக பிறந்துவிட்டதற்காக நாம் செய்யக்கூடிய பரிகாரம்தான் என்ன? இந்த குற்றவுணர்விலிருந்து மீள்வது எப்படி? அந்த புத்தகத்தை வாசித்து முடிக்கையில் இந்தக் கேள்விகள் அவனுக்குள் எழுந்தன.

இந்த பூமியில் வாழ்வதற்கான உயிர்களுக்குரிய தகுதியை நாம் இழந்துவிட்டோம் என்று அவன் கருதினான். தன்னையே அவன் கேட்டுக்கொள்வான், 'வாழ்வது என்பது முக்கியமானது தானா?' காலம்காலமாக இந்தக் கேள்வி தொடர்ந்து கொண்டேதான் இருக்கும் என்று தோன்றியது. நிகழும் தற்கொலைகள் எல்லாம் இந்த கேள்வியின் ஒருதன்மையிலான பதில்களாக இருக்கலாம் இருந்தும் இந்த பூமியில் கோடானகோடி மனிதர்கள் வாழ்ந்து மறைந்திருக்கிறார்கள்; இன்னும் வாழ்ந்து கொண்டிருக்கிறார்கள். வாழ்தல் என்பது தற்காலிகமானதாகவும், மரணம் நிரந்தரமானதாகவும் இருக்கிறது. ஆமாம், இருளைப்போலவே மரணமும் பிரபஞ்சத்தில் நிரந்தரமாக நிறைந்திருக்கிறது.

இரவின் தூக்கமற்ற கணங்களில், யோசனைகளின் அழுத்தத்தில், தற்கொலைதான் சரியான முடிவாக உறுதியாகிக்கொண்டு வந்தது. இந்த வாய்ப்புதான் எப்போதும் அவனுக்கு அருகிலேயே தென்பட்டது. ஒரு வளர்ப்பு மிருகம் போல, அது அவனை சுற்றிச் சுற்றி வந்துகொண்டிருந்தது. தற்கொலைக்கு எப்படிப்பட்ட வழியை மேற்கொள்வது என்பதிலும் அவனுக்கு தெளிவில்லை. வலியற்ற மரணம் சாத்தியமா என்று அவன் யோசித்துக்கொண்டிருந்தான். வலி என்ற ஒன்று மட்டும் இல்லையென்றால் தற்கொலை ரொம்பவும் சகஜமாகிவிடும் என்று தோன்றியது. சாவுநேரும் கணம் இது எந்தளவுக்கு உணரக்கூடியதாக இருக்கும்? இதற்கு முன்புவரை தற்கொலை செய்துகொண்டவர்கள் எப்படி இந்த பிரச்சினைக்கு முடிவுகண்டார்கள்?. புறக்கணிக்கப்பட்டதன் ஆவேசம் வலி பற்றிய எண்ணத்தை வென்றிருக்கலாம். அப்படியானால் வாழ்தலின் மேலான ஈர்ப்பு தம்மிடம் இன்னும் மிச்சமிருக்கிறதா? பகல் பொழுதுகள்

இதுபோல் அவனுக்குப் பிரச்சினையாய் இல்லை. இரவு நேரத்திலோ அவனுக்குள் கனன்று கொண்டிருந்த எண்ணங்களின் வெப்பம் கலவரமூட்டுவதாக இருந்தது.

கட்டிலைவிட்டு இறங்கி ஜன்னலருகில்போய் நின்று கீழே சாலையைப்பார்த்தான். தெரு விளக்குகளின் மஞ்சள் ஒளியில் வெறிச்சிட்டு படுத்திருந்தது சாலை. தொலைவில் திறந்திருந்த ஒரு டீக்கடையின் முன்னால் இரண்டு மூன்று மனிதர்கள் தென்பட்டார்கள். வெளியேகூட எங்கும் இப்போது போய் வரமுடியாது. நேற்று இரவு அப்படித்தான் நடந்தது. உலாவிவிட்டு வரலாமே என்று விடுதியைவிட்டு அவன் சாலைக்கு வந்தான்.

மனிதர்களின் நடமாட்டம் நின்று சாலை வெறிச்சோடி காணப்பட்டது. எப்போதாவது சில வாகனங்கள் மட்டும் இருளின் அமைதியைகுலைக்கும்படி கூச்சலிட்டுச் சென்றன. வெகுதூரம் சென்று திரும்ப வேண்டும் என்ற உத்தேசத்துடன் நடந்தான். அவ்வளவாக பரிச்சயம் இல்லாத நகரமிது. ஏதாவது வாங்குவதற்காக இங்கே வந்து போவதைத்தவிர இந்த நகரத்திற்கும் அவனுக்கும் எந்த ஒட்டுறவும் இல்லை.

நண்பர்களோ, உறவினர்களோகூட யாரும் இல்லை. இந்த நகரத்திற்கு வந்துவிட்டால் தவறாமல் கடற்கரைக்குப் போய்வருவான். மணலில் உட்கார்ந்து பெரும் ஆகிருதியுடன் அசையும் கடலையே பார்த்துக் கொண்டிருப்பான். கரையோரம் அலைகள் செய்யும் ஆர்பாட்டத்திற்கு அப்பால் விரியும் அமைதியில் லயித்திருப்பான்.

இங்கே வந்த பிறகு ஒருமுறைகூட கடலை சென்று பார்க்க வில்லை. பார்க்க வேண்டும் என்ற ஆவல் எழுந்தாலும் அது தனது நோக்கத்தை பின் வாங்கச் செய்துவிடுமோ என்ற அச்சம் அவனைத் தடுத்துக் கொண்டிருந்தது.

இரவில் தனியாக நடப்பது இதமாக இருந்தது. அதே நேரத்தில் தன்மீதான பட்சாதாபத்தை பெருக்கியது. துயரமான ஒரு உணர்வுக்கு ஆட்பட்டு, அழவேண்டும்போல இருந்தது. யாரோ தனக்கு பின்னாலிருந்து 'நீ ஒரு முட்டாள்' என்று சொல்லிக்கொண்டிருப்பதுபோல ஒரு உணர்வு. இப்படி அவன் மனம் பின்னடைவு கண்டு குழம்பியபடி இருக்கையில்தான் இரண்டு போலீஸ்காரர்கள் ஒரு கடைக்கு முன்னாலிருந்து எழுந்துவந்து இவனை வழிமறித்தார்கள்.

"இந்த நேரத்தில எங்கே போற?' என்றான் மிரட்டும் தொனியில் ஒரு போலீஸ்காரன்.

"சும்மா காலாற நடக்கலாமென்று வந்தேன்" என்றான் இவன்.

“இது என்ன உங்க அப்பன் வீட்டுத் தோட்டமுன்னு நினைச்சியா கண்ட நேரத்தில நடந்து பார்க்கிறதுக்கு; ஊர் நிலவரம் என்னன்னு தெரியுமில்லே. பத்து மணிக்குமேல எவனும் அனாவசியமா ரோட்டுல நடக்கக்கூடாது. சந்தேகப்பட்டா புடிச்சி உள்ள போட்றுவாங்க”

“எங்க வேல பாக்கிற?” என்றான் இன்னொரு போலீஸ்காரன்.

“கம்ப்யூட்டர் சென்டர்ல”

எந்த ஊர் என்று அவர்கள் கேட்காமல் போனது அவனுக்கு ஆறுதலாக இருந்தது.

“பேசாம வீட்டுக்கு திரும்பிப் போ. உன் நல்லதுக்காகத்தான் சொல்றோம்” என்றான் மற்றவன்.

“பத்து ரூபாய் இருந்தா கொடுத்துட்டுப்போ டீ குடிக்கலாம்” என்றான் அதே மிரட்டும் தொனியில். இவன் பத்து ரூபாய் நோட்டு ஒன்றை எடுத்து கொடுத்துவிட்டு திரும்பி நடந்தான்.

அறைக்கு வந்த பிறகு வெகுநேரம் இந்த சம்பவத்தைப் பற்றியே யோசித்துக்கொண்டிருந்தான். அவர்களுடைய மிரட்டலுக்குப் பயந்திருக்கிறோம் என்பது புரிந்தது. எதற்காக பயப்பட வேண்டும்? எல்லோருக்கும் பொதுவான இந்த இரவின் அந்தரங்கத்தை அனுபவிக்க முடியாமல் தடுக்க இவர்கள் யார்? இவர்கள் என்ன பிரபஞ்சத்தின் எஜமானர்களா? ஏன் சகமனிதனை இப்படி விரட்டியடிக்க வேண்டும்? இந்த முகங்களுக்கும் பிரபஞ்சத்திற்கும் என்ன சம்மந்தம்? ஒரு பறவையோ புழுவோ சாவது வரை அதுவாகவே வாழ்ந்து மடிகின்றது. மனிதர்கள் என்பதால் எது எதுவாகவோ மாறவேண்டியிருக்கிறது. மனிதனுக்கு மட்டுந்தான் நாம் சாகப்போகிறோம் என்பது தெரிந்திருக்கிறது. அதனால்தான் இந்த தப்பித்தல்கள் போலும். இதுபோன்ற நகரங்கள் அதற்கான வசதிகளைத்தான் செய்துகொடுப்பதாக அவனுக்கு தோன்றியது. ‘பின்பு நான் எதற்காக இந்த நகரத்திற்கு வந்திருக்கிறேன்?’ என்று தன்னையே கேட்டுக்கொண்டான். குற்றங்களிலிருந்து வேண்டுமானால் தப்பித்துவிடலாம் ஆனால் குற்றவுணர்வுகளிலிருந்து எப்படித்தான் தப்பிப்பது? கொஞ்சம் கொஞ் சமாக அது அவனைக் கொன்றுகொண்டிருக்கிறது.

கீழே உள்ள அறைகளில் யாரோ உரத்து சிரிப்பது கேட்டது. பின்னிரவில்தான் வழக்கமாக அவர்கள் தூங்கப்போகிறார்கள். இந்த சிரிப்பும் கும்மாளமும் அடங்குவதற்குள் நடுஇரவு கடந்துவிடும். இவர்களைக் காணும்போது நிரந்தரமாக இங்கேயே தங்கிவிட பிறந்தவர்கள் போலவே அவனுக்குத் தோன்றினார்கள். அவர்களுடைய எல்லா தேவைகளும் இங்கே பூர்த்தியாகிவிடுகின்றன; பெண்கள் உட்பட. இங்கு வந்து சேர்ந்த அடுத்த நாள், உணவு கொண்டுவந்த

விடுதிப்பையன் கேட்டான், "தனியாக இருக்கிறீர்களே ஏதாவது கம்பனி வேண்டுமா சார், ரேட் கம்மிதான்" என்று. அன்பு, காதல் எல்லாம் ரொம்ப மலிவு இந்த நகரத்தில். பகல் முழுக்க நாகரீக பவிசு காட்டி காசுக்காக அலைந்துவிட்டு இரவில் தங்களைத்தாங்களே அவமானப்படுத்திக்கொள்வது போல இருக்கிறது இவர்களுடைய செயல். நேற்று இரவு வருகிற வழியில் குடித்துவிட்டு எவனோ வாந்தியெடுத்து வைத்திருந்தான்.

திரும்பவும் கட்டிலில் சென்று படுத்தான். தூங்குவதற்கான பிரயத்தனங்கள் எல்லாம் தோல்வியிலேயே முடிந்தன. தூங்கிவிட்டால் மட்டும் இந்த பிசாசுகளிடமிருந்து தப்பிக்கவா முடிகிறது; கனவுகளாக உருமாறியல்லவா துரத்துகின்றன. இப்போதெல்லாம் கனவுகள் காணாமல் தூங்கி எழமுடிவதில்லை. ஏதேதோ கனவுகள் தோன்றி மனதை அலைகழிக்கின்றன. இங்கு வந்து சேர்ந்த அன்றுதான் இப்படி ஒரு கனவு வந்தது அவனுக்கு. அவனுடைய கணினி மையம் போலத்தான் அது தெரிந்தது. வெளியே அசாதாரண கூச்சல் ஒன்று எழுந்து, நெருங்கி வருகிறது. ஒருவன் கண்ணாடி கதவைத்திறந்து கொண்டு உள்ளே நுழைகிறான். நிஜத்தில் அவனுடைய மையத்தில் கண்ணாடிக் கதவுகள் எதுவும் இல்லை. கையில் உள்ள கத்தியைப் பகட்டாக தூக்கிப்பிடித்தபடி இவனுக்கு எதிரே நெருங்கிவந்து நிற்கிறான். இவனோ தனது அதிர்ச்சியை வெளிகாட்டிக்கொள்ளாமல் வழக்கமான ஒரு வாடிக்கையாளனிடம் கேட்பதுபோல கேட்கிறான், 'சொல்லுங்கள் உங்களுக்கு என்ன வேண்டும்?' அருகில் வந்து இவனுடைய நீண்ட தலைமுடியை பிடித்து இழுத்துக்கொண்டு வெளியே நடக்கிறான். 'நம்பிக்கை துரோகி' என்று அவன் முணுமுணுப்பதை கேட்கமுடிகிறது. அவனை எங்கோ பார்த்ததுபோல இருக்கிறது, ஆனால் சரியாக அடையாளம் காணமுடியவில்லை. இவனுடைய வாடிக்கையாளர்களில் ஒருவனாக இருக்கலாம் என்று தோன்றியது. உச்சிவெய்யில் நேரம். முன்னால் சாய்ந்தவாக்கில் அவனுடன் நடக்கிறான். மற்ற கடைக்காரர்களும், சாலையில் போவோரும் சாவகாசமாக நின்று பார்த்துக் கொண்டிருக்கிறார்கள். ஒருவரும் தடுக்க வரவில்லை. போக்குவரத்து தடைபட்டிருந்தது போலத்தான் தெரிந்தது இருந்தும் வாகனங்களின் பொறுமையற்ற கூச்சல்கள் காணப்படவில்லை. குழப்பமான ஒரு அமைதியங்கே சூழ்ந்து நிற்கிறது. அந்த இடம் சாலையின் விஸ்தாரமான பகுதியா அல்லது விளையாட்டு மைதானமா தெரியவில்லை. அருகில் ஒன்றிரண்டு மரங்கள்கூட தென்பட்டன. ஏதோ ஊர்வலத்தை வேடிக்கை பார்க்க காத்திருந்தவர்கள்போல உயரமான மாடியிலிருந்து ஆண்களும் பெண்களும் வேடிக்கை பார்த்துக்கொண்டிருப்பது தெரிகிறது. அவன் மனைவிகூட அந்தக் கூட்டத்தில் இரக்கமற்ற பாவத்துடன் நின்றிருக்கிறாள். அவளுக்கு அருகில் தோழிபோல

மற்றவளும் நின்று கொண்டிருக்கிறாள். இவர்கள் எப்படி சிநேகமானார்கள்? அவர்களிடம் ஏதோ அவன் சொல்ல நினைக்கிறான். சொல்லிவிட்டதுபோலவும் இருந்தது. சப்தம் வெளிவந்ததாகத் தெரியவில்லை. திணறலை மட்டும் அவனால் உணரமுடிந்தது. 'நீங்கள் எல்லோரும் என்னை கைவிட்டு விட்டீர்கள்.' என்றுதான் சொல்லியிருக்க வேண்டும். கூடை பந்து மைதானம் போன்ற ஒரு இடத்தில் அவனை நிறுத்திவைத்து ஒரு சடங்கை நிகழ்த்துவதுபோல அவன் தலையைத் துண்டிக்கிறான். கழுத்திலிருந்து பீறிட்ட ரத்தம் அந்த வெறிகொண்ட மனிதனை நனைக்கிறது. இவன் உடல் துடித்தபடி கீழே கிடக்கிறது. இப்போது அவனை அடையாளம் கண்டுகொள்கிறான்; அவனுடைய நண்பன்தான் அது. இந்த இடத்தில் கனவு இழை அறுபட்டு விழிப்பு வந்தது. அன்று நீண்ட நேரம் அவனால் தூங்க முடியவில்லை.

மூளைச்செல்கள் சிதறிவிடும்போல இருந்தது. இது பைத்தியம் பிடிப்பதற்கான அறிகுறியோ என்று பயந்தான். பைத்தியமாவதைவிட செத்துப்போகலாம். ஆமாம் தற்கொலைப் பறவை இதோ மறுபடியும் அருகில் வந்து பறக்கிறது. அதை எதிர்கொண்டு அழைப்பதுதான் உத்தமம். உடனே செயல்படுத்திவிட வேண்டும். இந்தக் கனவைப்போல ஆர்ப்பாட்டமாக இல்லாமல் மிக எளிதாக அது நிகழவேண்டும் என்று அவன் விரும்பினான். குளிர்ந்த காலை நேரம்தான் இதற்கு சரியானதாகத் தோன்றியது. பட்சிகளின் சப்தங்களும், கீழே சாலையில் பரபரக்கும் ஜனங்களின் இரைச்சல்களும் கேட்கத்தொடங்குகிறது. காலை சூரியனின் மஞ்சள் கிரணங்கள் அறைக்குள் பிரவேசித்துக்கொண்டிருக்கின்றன. உருகி வழிந்து விடுவது போன்ற பிரகாசத்திலிருக்கும் ஜன்னலின் வழியே அந்த பூனையைப்போல சாலையை நோக்கி தலைகுப்புற விழப்போகிறான். சாவகாசமான மனிதர்களுக்கு மத்தியில் அவன் தலை சிதறி சாகிறான். எல்லாமே ஒரு முடிவுக்கு வந்து விடுகிறது. ஒருவேளை இது பார்ப்பவர்களுக்கு வாழ்வில் தோல்வி கண்ட ஒருவனின் இறுதிமுடிவாகவே தோன்றக்கூடும். பார்த்துவிட்டு, முணுமுணுத்தபடி அவர்கள் கடந்து போய்க்கொண்டிருப்பார்கள். சிலர் பயந்து பார்ப்பதைக்கூட தவிர்த்துவிட்டு ஒதுங்கிச்செல்வார்கள். ஒரு வேடிக்கை காட்சியென சிலர் அங்கே நின்றிருப்பார்கள். இது இப்படி அபத்தத்தமாகவும், அலங்கோலமாகவும் முடிவுறாமல் வேறுவிதமாக ஆகுமென்றால், அக்கணத்தில் சப்தங்கள் அடங்கி, பூமியின்மேல் இருள் கவியலாம்... அப்போது எல்லாம் ஒரு ஆகர்ஷணத்தின் இழுவையில் ஒடுங்கி, ஒரு புள்ளியில் குவிந்து, மீண்டும் ஒளியும், சப்தமுமாக விரிந்து... பரிணாமத்தில் பின் நகர்ந்து பூமி சுழன்று கொண்டிருக்கிறது... மனிதன் உருவாவதற்கு முந்தைய காலத்தில்...

ரயில் ஒன்று நிலையத்தைக் கடந்து செல்லும் ஒலி கேட்கிறது. இந்த வண்டிகள் ஓயாமல் வருவதும் போவதுமாக இருப்பது இரவின் அமைதியில் துல்லியமாக கேட்டுக்கொண்டிருக்கிறது. இன்னும் இரவின் பெரும்பகுதி மிச்சமிருந்தது. தனிமையும், துயரமும், வலியும், அர்ப்பணிப்பும், நிறைந்த நீண்ட அவகாசம்... மனதின் எழுச்சியில் உடல் ஆதாரமில்லாமல் தள்ளாடத் தொடங்கியது. காலை வரை எப்படி அதை காப்பாற்றி வைப்பதென்ற பதற்றமும் அவனைப்பற்றிக் கொள்கிறது. அது காமமாக கசிந்ததனால் உடல் அல்லாடத்தொடங்குகிறது. ஒரு பெண்ணின் உடலில் புகுந்து முயங்கவேண்டுமென்ற ஆவேசம் எழுகிறது.

அழைப்பு மணியை அழுத்திவிட்டு விடுதிப்பையனுக்காக காத்திருந்தான். எழுந்து சென்று கதவைத்திறந்து வைத்து வாசலில் நின்றான். மீண்டும் ஒருமுறை அழைப்புமணியை அழுத்தினான். கீழே செல்வதற்கு அவனுக்கு அச்சமாக இருந்தது. நேரம் கழித்துத்தான் பையன் வந்தான். வெளியே போயிருந்தேன் என்றான். காலத்தைக்கடத்த விரும்பாமல் நேரடியாகவே அவனிடம் கேட்டான், “ஒரு பொம்பளைய கூட்டிவா.” எந்த சங்கோஜமும் இல்லாமல் இப்படிக் கேட்டது பையனை வியப்படையச் செய்தது. அதிலும் இந்த ஒருவார காலத்தில் இவனைப்பற்றி ஏற்பட்டிருந்த அபிப்பிராயங்களை எல்லாம் சிதறடித்தது இவன் கேட்ட தொனி, பையனின் கைகளை அழுந்த பற்றிக்கொண்டு “உடனே வேண்டும்” என்றான். பையன் அச்சத்துடனேயே பார்த்தான் என்றாலும் நிதானமாவே பதில் சொன்னான், “உடனேன்னா எப்படி சார்? சாந்திரம் சொல்லியிருந்தா கூட ஏற்பாடு பண்ணியிருக்கலாம்...”

“காசு எவ்வளவுன்னாலும் பரவாயில்ல’.

“சார் காசுக்காக இல்ல ஏற்கனவே புக்காயிருக்கும் அதான்.”

“முயற்சி பண்ணு” பையன் யோசித்தான். இந்த சந்தர்ப்பத்தை அவன் பயன்படுத்திக்கொள்ள நினைத்தான், “வேற ஒருத்தருக்கு புக்கான சரக்கு... நல்லா இருக்கும் காசுகொஞ்சம் கூட ஆகும் சார், ஒரு மணி நேரத்துக் குன்னா முன்னூறு ரூபாய், இராத்திரி பூரான்னா ஐநூறு...” இவன் நிதானமில்லாமல் சற்று உரக்கவே சொன்னான், “போய் கூட்டிவா.”

பிரகாசமாக எரிந்துகொண்டிருந்த குழல் விளக்கை அணைத்துவிட்டு இரவு விளக்கின் மங்கிய ஒளியில் அவன் பொறுமையற்று காத்திருந்தான். இது நாள்வரை விலைமாதர்களை நாடியதில்லையவன். அதற்கான அவசியமும் நேர்ந்ததில்லை. இன்று மட்டும் ஏன் இப்படி ஒரு விபரீத எண்ணம் எழவேண்டும்? இப்படி தீர்த்துக்கொள்ள கொந்தளித்து அழைத்ததா அவன் காமம்? அவனால் எதையும் நிதானமாக புரிந்துகொள்ள முடியவில்லை. புதிதாக ஒரு பெண்ணை எதிர்கொள்ளப்

போகிறோம் என்ற பதற்றமும் அவனிடம் இருந்தது. காதல் என்ற பெயரில் வரக்கூடிய பெண்களை அவனுக்குத் தெரியும். ஆனால் பணத்துக்காக வரக்கூடியவர்களின் உலகம் பெரும் புதிர்போல அவனுக்குமுன் வியாபித்து நின்றது. ஏதோ ஒரு துரோகத்தின் சாயயை அவர்கள் சுமந்து திரிவதாக அவன் நினைப்பான். யாருக்கான துரோகம் என்பதை அவனால் யூகிக்க முடிவதில்லை. இப்போது தானும் அதில் பங்கெடுத்துக்கொள்ளப் போவதாகவே அவன் கருதினான்.

கதவைத் தள்ளிக்கொண்டு பையன் வந்தான். அவனுக்குப் பின்னால் அவள் தெரிந்தாள். இரவு விளக்கின் மங்கிய ஒளியில் அவளுடைய உருவத்தைச் சரியாகப் பார்க்க முடியவில்லை. முகத்தில் இருள் கவிந்திருந்தது. “சரி காலையில வா” என்றான் இவன். பையன் அங்கிருந்து அகன்றான். அவள் கதவை தாளிட்டுட்டுவிட்டு கட்டிலருகே வந்தாள். அவள் பயந்திருக்க வேண்டும், “லைட்ட போடவா” என்று கேட்டாள். “வேண்டாம்” என்றான். அவனுடைய முகத்தைக் காணக்கூட அவள் பிரியப்பட்டிருக்கலாம். கட்டிலில் அவனுக்குப் பக்கத்தில் வந்து உட்கார்ந்தாள். முதன்முதலாக ஒரு பெண்ணை தொடுவதுபோல பதற்றத்துடன் அவள் தோல்களைப் பற்றினான். அவள் அவன்மேல் சரிந்தாள். அவன் இறுக அணைத்துக்கொண்டான். அவளுடைய உடலின் இதம் அவனை சற்று நிதானப்படுத்தியது. சிறிதுநேரம் அதே நிலையில் அவளை தன் கைகளுக்குள் வைத்திருந்தான். அவளும் அதை விரும்பியிருக்க வேண்டும். தனது கைகளை அவனுடைய முதுகில் படரவிட்டு பரிவுடன் அவளும் அவனை தழுவிக் கொண்டாள். அவள் கேட்டாள் “ஏன் லைட்டு வேண்டான்னிங்க, என்னப்பார்க்க பயமா இருக்கா?” அவன் பேசப் பிரியப்படவில்லை. அவளுடைய இரண்டு தொடைகளையும் பற்றி அழுத்தினான். முகத்தை அவளுடைய முலைத் திரட்சியின்மேல்வைத்து மேல்சென்று கழுத்தில் முத்தமிட்டான். அவள் சற்றுவிலகி பின்னை நீக்கி முந்தானையை ரவிக்கையிலிருந்து விடுவித்தாள். இடுப்பை பற்றி முகத்தை மீண்டும் அவள் முலைகளில் வைத்து அழுத்தி அசைத்தான். “ஜாக்கட்ட கழட்டிடுறேன்” என்றாள் அவள். ரவிக்கையையும், பிராவையும் கழட்டிப்போட்டதும் அவனை கட்டிலில் கிடத்தி கீழேயும் அவளை நிர்வாணமாக்கினான். தனது உடைகளை களைந்து எறிந்துவிட்டு பாம்புபோல அவள்மேல் கவிழ்ந்து பரவினான். “உறை போட்டுக்கிட்டு செய்யுங்க” என்றாள் அவள். “என்கிட்ட சீக்கு எதுவும் இல்லை” என்றான். “என்கிட்ட இருந்துச்சுன்னா”. “நாளைக்கு காலைகுள்ள சாகமாட்டேன் இல்ல.” அவனுடைய பதில் அவளுக்கு நிச்சயம் புரிந்திருக்காது. அவள் எதுவும் பேசவில்லை. அவனுடைய ஆவேசமான அழுத்தத்தில் அவள் திணறினாள். அவளுக்குள் நுழைந்து இயங்கினான். தாபத்துடன் அவளுக்குள் புதைந்து மேலெழுந்தான். முழுதாக தனக்குள் அவனை அனுமதித்துவிட்டு

நிலம்போல அவள் மலர்ந்து கிடந்தாள். மலையிலிருந்து நழுவி வரும் பாறைபோல கீழ்நோக்கி அவளுக்குள் அவன் சரிந்துகொண்டிருந்தான். அவள் திகைத்தாள். முயக்கத்தின் முடிவில் அவன் சரீரம் உடைந்து திரவமென அவளுக்குள் இறங்கினான். அவள் அவனை இறுக்கியணைத்து முத்தமிட்டாள். அசையாமல் நீண்டநேரம் அவள் மேல் கிடந்தவன் சரிந்து கீழே படுத்தான். அவன் பக்கம் ஒருக்களித்தவள் அவனுடைய முகத்தை தனது மார்பில் வைத்து அணைத்துக் கொண்டாள். ஒரு குழந்தைபோல அவளுடன் அவன் படுத்துக்கிடந்தான். அவள் கேட்டாள், "உங்களுக்கு கல்யாண மாயிடுச்சா?" "ஏன்?" "இல்ல சும்மாதான் கேட்டேன்." "ஆயிடுச்சி." "அவுங்ககிட்ட இப்படித்தான் செய்விங்களா?." "இப்படித்தான்னா?." "சாமிவந்தது மாதிரி, மொரட்டுத்தனமா." "ஏன் பிடிக்கலையா?." "பயமா இருந்திச்சி, சுயநினைப்பு இல்லாம செய்யறமாதிரி. எங்க அப்படியே செத்துபோயிடுவீங்களோன்னு பயந்தேன்" என்றாள் அவள்.

———

கள்ளத் துப்பாக்கிகளின் கதை

எனக்குப் பதினான்கு வயதானபோது, நான் கம்மங்கொல்லைக் காவலாளியாக என் பெற்றோரால் நியமிக்கப்பட்டேன். ஒரு தகர டப்பாவை குச்சியால் அடித்து முழக்கிக்கொண்டே வரப்பின் மேல் ஓட வேண்டும். குருவிகள் சிதறிப் பறந்து, காந்தத்தால் இழுக்கப்பட்டது போல அருகில் உள்ள மரங்களில் போய் அமரும். பிடிவாதம் மிக்க சில குருவிகள் தோட்டத்தின் வேறொரு இடத்தில் போய் அமர்ந்து கதிர்களைக் கொறிக்கத் தொடங்கும். சில குருவிகள் ஆலமரக்கிளைகளால் மூடப்பட்ட கிணற்றுக்குள் சென்று தஞ்சமடையும். அந்த கிளைகளில் மனிதர்கள் எளிதாக தொட முடியாத தூரத்தில் கூடுகள் தொங்கிக் கொண்டிருக்கும்.

கொண்டியால் கூடுகளை இழுத்து ஆராய்வது எனக்கு உப தொழில். பறவைகளுக்கும் எனக்கும் நட்பும் பகையும் கலந்த ஒரு வினோத உறவு நிலவி வந்தது அக்காலத்தில். அதெல்லாம் வேறு கதை.

அந்த தகர டப்பா சத்தமும், வேலையும் விரைவிலேயே எனக்கு அலுப்பூட்டத் தொடங்கிவிட்டன. அதனால்தான் நான் தானியங்கி மேளங்களை வடிவமைத்தேன். இரும்புத் தகடுகளால் ஆன ஒரு காற்றாடி செய்து அதன் இயக்கத்தை மேளங்களோடு இணைத்து உருவாக்கப்பட்டவை அவை.

அவற்றைக் கொல்லையின் இரண்டு திசைகளிலும் வைத்தேன். காற்று வீசும்போதெல்லாம் அவை 'டம டம' என்று அடிக்கத்தொடங்கும். ஆரம்பத்தில் அந்தச் சத்தத்துக்குப் பயந்த பறவைகள் பிறகு பயம் நீங்கி

சாவகாசமாக அமர்ந்து, கதிரை கொறிக்கத் தொடங்கின. அதனால் எனக்கு துப்பாக்கி வேண்டுமென்று என் அப்பாவிடம் கேட்டேன். அவரோ தென்னை மட்டையைச் செதுக்கி துப்பாக்கிபோல ஒன்றைச் செய்துகொடுத்து "இதை கையில் எடுத்துக்கொண்டு வரப்பில் நட, இந்த பக்கமே அவை தலைகாட்டாது' என்று சொன்னார். அதைக் கையில் வைத்திருப்பதே எனக்கு அவமானமாக இருந்தது. மேலும் அந்த மட்டைத் துப்பாக்கியைக் கண்டு அவை பயப்படவேயில்லை. நிஜத் துப்பாக்கிதான் வேண்டுமென்று என் அப்பாவிடம் அடம் பிடித்தேன். என் பிடிவாதத்தை கண்டு அம்மாவின் எதிர்ப்பையும் பொருட்படுத்தாமல் அவர் எங்கள் ஊர் வேட்டைக்கார கவுண்டனிடமிருந்து ஒரு துப்பாக்கியை வாங்கி வந்து கொடுத்தார். அது சாதாரணத் துப்பாக்கியைவிடக் கொஞ்சம் சிறிதாக இருந்தது. அது எனக்காகவே செய்ததுபோல இருந்தது. அதில் மருந்து திணிப்பற்கும், குறிபார்த்து சுடுவதற்கும் அப்பாதான் கற்றுக்கொடுத்தார். அதை ரகசியமாக உபயோகிக்க வேண்டுமென்று அப்பா எச்சரித்தார். தெரிந்தால் போலீஸ் பிடித்துக்கொண்டு போய்விடுமாம்.

வேட்டைக்காரக் கவுண்டனின் அப்பாவுக்கு சுப்பிரமணி ஆச்சாரி செய்துகொடுத்த துப்பாக்கிதான் அது. அதில்தான் வேட்டைக்காரக் கவுண்டன் அவனுடைய சிறுவயதில் வேட்டை கற்றுக்கொண்டானாம். அந்தப் பிரதேசத்துக்கே துப்பாக்கியை அறிமுகப்படுத்தியது சுப்பிரமணி ஆச்சாரிதான் என்று அப்பா சொன்னார். வேட்டை கற்றுக்கொண்ட காலத்தில், கூடவே அவனைப் பற்றிய கதைகளையும் நான் அறிந்துகொண்டேன். அக்கதைகளை பலரும் பலவிதமாகச் சொன்னாலும் அதன் மூலக்கதை இதுதான்.

விஞ்ஞான வாசனை அறியாத ஒரு கிராமமாக இருந்தது தர்மாபுரம். ஜவ்வாது மலை அடிவாரத்தில் இருந்த அந்த ஊருக்குச் செல்லும் பாதை, இருபக்கமும் புதர் மூடியதாகவும், ஆறுகளும், ஓடைகளும், பாறைகளும், குறுக்கிடுவதாகவும் இருந்தது. வெளியூர்ப் பயணம் என்பதே அந்த ஊர் குடியானவர்களுக்கு ஒரு சாகசப் பயணம் போலத்தான். மூன்று பக்கமும் மலைகளால் சூழப்பட்டு, காட்டின் நடுவே புதைந்து காணப்படும் தர்மாபுரம், அந்த ஒரே பாதை மூலமாகத்தான் வெளி உலகத்தோடு தொடர்பு கொண்டிருந்தது. மலையிலிருந்து இறங்கி வரும் மலை கவுண்டர்களுக்கு அந்த ஊர்தான் பிரதான வியாபார ஸ்தலம். வெள்ளிக்கிழமை தோறும் நடக்கும் சந்தைக்கு காய்கனிகளைக் கொண்டுவந்து விற்றுவிட்டு மண்ணெண்ணெய், உப்பு, துணி முதலானவற்றை வாங்கிச் செல்வார்கள்.

தர்மாபுரத்தில் வாழ்ந்த குடியானவர்களை நம்பி ஒரு ஆச்சாரிக் குடும்பம் வசித்தது. அந்த குடும்பத்தில் நான்கு அண்ணன் தம்பிகள். அதில் மூத்தவன் ஏர் கலப்பை, மாட்டுவண்டி, கட்டில் முதலான

மர வேலைகள் செய்து பிழைப்பு நடத்தி வந்தான். அதற்கு அடுத்தவன் இரும்பு வேலை செய்தான். மண்வெட்டி, கடப்பாரை, கொடுவாள், தறி, அரிவாள் முதலானவற்றைத் தனது உலைக்கூடத்தில் வடித்தெடுத்தான். அதற்கு அடுத்தவன் நகை வேலை செய்தான். பழைய தங்க, வெள்ளி நகைகளை அழித்து புது நகைகள் செய்வது, திருமணத்துக்கான தாலி செய்வது, அறுந்த கால் கொலுசுகளை பற்றவைப்பது, மெருகுபோடுவது போன்ற காரியங்களைச் செய்தான். இவர்களுக்கு இளையவன் பெயர் சுப்பிரமணி. அவன் இரண்டாம் தாரத்துப் பையன். இருந்தாலும் அவன் அண்ணன்மார் அவனை ஒதுக்கி வைக்க வில்லை. அவனுக்கு வேலை கற்றுக்கொடுக்க முன்வந்தார்கள். அவனோ அண்ணன்மார் மூன்று பேரிடமும் மாறி மாறி வேலை செய்தாலும் எந்தத் தொழிலையும் முழுதாகக் கற்றுத்தேறாமல் காலத்தைக் கடத்திக்கொண்டிருந்தான். வாலிபம் கண்ட பிறகுகூட அவர்களிடம் அடி வாங்கினான். அவனுக்குப் பெண்கொடுக்கவும் யாரும் தயாராக இல்லை. பார்ப்பதற்குத் திடமான தோற்றம் கொண்டவன்தான் என்றாலும் அவனைப்பற்றி ஒரு எளக்காரத் தொனி எல்லோரிடமும் வெளிப்பட்டது. அதனாலோ என்னவோ இளம்பெண்கள் அவனை நெருங்கி வரவில்லை.

காலம் இப்படியாகக் கழிய, ஒருநாள் தனது இரண்டாவது அண்ணனின் பட்டறையில் சம்மட்டி போட்டுக்கொண்டிருந்தான் சுப்பிரமணி. காய்ந்த இரும்புப் பட்டைகளைத் தட்டிக் கலப்பைக்கு கொழு வடித்துக்கொண்டிருந்தான் அவன் அண்ணன். சுப்பிரமணியின் மனம் வேலையில் லயிக்காமல், உலைக்கூடத்தில் மலர்ந்த சிவந்த தீக்கங்குகளையே கவனித்துக்கொண்டிருந்தது. அது ஒரு பெண்ணின் அந்தரங்கத்தை ஞாபகமூட்டிக்கொண்டே இருந்தது. சூடு வீணாகி வேலை இழுத்துக்கொண்டு போனது. கொதிக்கும் அந்த இரும்புத் துண்டை எடுத்து சுப்பிரமணியின் காலில் இழுத்தான் அவன் அண்ணன். அலறித் துடித்தபடி அங்கிருந்து ஓடினான் சுப்பிரமணி.

அப்போது ஓடியவன்தான் பல காலம் அவன் ஊர் திரும்பவேயில்லை. அவனுடைய அண்ணன்களும் அவனைத் தேடவில்லை. ஒழிந்தது சனியன் என்று விட்டுவிட்டார்கள். அவன் போனது அந்த ஊரில் யாருக்கும் இழப்பாகத் தோன்றவில்லை. அவனை அவர்கள் மறந்தே போனார்கள்.

பல வருஷங்களுக்குப் பிறகு அவன் அந்த ஊருக்குத் திரும்பி வந்தபோது அவனுடன் ஒரு பெரு வயதுக்காரியான பெண்ணும், அவளுடைய மகளும் உடன் வந்திருந்தனர். அவன் வேலை கற்றுக்கொண்ட ஆச்சாரியிடமிருந்து கள்ளத்தனமாகக் கூட்டிக்கொண்டு வந்திருந்தான் அவர்களை. அந்த இரண்டு பெண்களில் யார் அவனது இணை என்று ஊரில் உள்ளோர் யூகம் செய்தபடி இருந்தனர்.

சுப்பிரமணி வரும்போது கூடவே அபூர்வமான இரண்டு மருந்துகளைக் கொண்டுவந்திருந்தான். ஒன்று கருப்பாகவும் மற்றது ஆரஞ்சுப் பழ நிறத்திலும் இருந்தன. ஏதோ வைராக்கியம் கொண்டவன்போல, தன் அண்ணன்களுடன் தங்காமல் அந்த ஊரின் வசதிமிக்க ஒரு பண்ணைக்காரனின் மாட்டுக்கொட்டகையில் குடும்பத்தை வைத்தான் சுப்பிரமணி.

அவன் என்ன செய்கிறான் என்று யாருக்கும் தெரியவில்லை. வந்து சில நாட்கள் கழிந்து, அவன் செய்துமுடித்த சாதனத்தில் மருந்தைக் கிட்டித்து முதல் வேட்டை கிளப்பியபோது, தோட்டாக்கள் சுவர் பரப்பிலும், சப்தம் மலையிலும் பாய்ந்தன. காகங்கள் முதலான பறவைகள் எல்லாம் மிரண்டு பறந்தன. காட்டு விலங்குகள் முதல் அதிர்வை ஈரல் குலையில் உணர்ந்தன. துப்பாக்கி என்று அழைக்கப்பட்ட அந்தச் சாதனத்தை பண்ணைக்காரனுக்கு அன்பளிப்பாக கொடுத்தான் சுப்பிரமணி.

ஒரு நாள் முன்னிரவு நேரத்தில் தீப்பந்தம் ஒன்று தனியாகக் காட்டில் ஏறிக்கொண்டிருந்ததை அந்தக் கிராமத்தினர் வியப்புடன் பார்த்தனர். பின்னர் இரண்டு மூன்றுமுறை காட்டுப் பக்கமிருந்து வேட்டுச்சப்தம் கேட்டதால் அவர்கள் பீதியில் ஆழ்ந்தனர். பின்வந்த நாட்களில் அந்தச் சத்தம் அவர்களுக்குப் பழகிப்போய்விட்டது. இரவு நேரத்தில் நான்கைந்து ஒளிப்புள்ளிகளைக்கூட அவர்கள் கண்டார்கள். மான்கள், முயல்கள், கடம்பைமான்கள், காட்டுப்பன்றிகள் என வேட்டையாடப்பட்டு, பங்கு போடப்பட்ட மாமிசம் ஆமணக்கு இலைகளில் மடித்து ஊருக்குள் பரிமாறப்பட்டன.

சுப்பிரமணியின் பட்டறையில் உருவான துப்பாக்கிகளால் வேட்டைக்காரர்கள் பெருகினார்கள். அவர்களின் கைகளில் மட்டுமில்லாது விரோதிகளின் கைகளிலும் போய்ச் சேர்ந்ததை அவன் உணரவே இல்லை. அவனுடைய கவனமெல்லாம் துப்பாக்கி சாமான்கள் செய்வதிலும் குறிபார்ப்பதிலும் மட்டுமே இருந்தது. பக்கத்து ஊர்க்காரர்களும் அவன் பட்டறையை நோக்கி படையெடுக்கத் தொடங்கியிருந்தனர். இப்படியாக இரவு நேரத்தில் அந்தக் காடு வேட்டுச் சத்தங்களால் துளைக்கப்பட்டு, அதன் எதிரொலிகளால் இரைச்சலிட்டன. துப்பாக்கி மட்டுமில்லாமல் வேர்க்கடலை உருண்டை வெடிகளையும் செய்து, காட்டோரம் உள்ள விவசாயிகளுக்குக் கொடுத்தான். இரவு நேரத்தில் காட்டிலிருந்து இறங்கி வந்து பயிர்களை நாசம் செய்த பன்றிகள் அந்த உருண்டைகளை கடித்து வாய்கிழிந்து செத்தன. அவன் செய்து கொடுத்த வெடிக் குழாய்களின் வேட்டுச் சத்தம் கேட்ட பிறகுதான் உற்சவர் கிளம்பி வீதி உலா வரத்தொடங்கினார். அந்தப் பிரதேசத்தை வெடிமருந்தின் வாசம் நிறைக்கத் தொடங்கியது. குடியானவர்களுக்கு அது புது உற்சாகத்தை அளித்தது.

அவன் செய்து கொடுத்தத் துப்பாக்கிக்கு முதல் மனித பலி விழுந்தபோதுதான், அந்தச் சாதனம் மிருகங்களை மட்டுமல்ல; மனிதர்களையும் கொல்லும் என்று அக்கிராமத்தினர் தெரிந்து கொண்டனர். துப்பாக்கி என்ற வார்த்தை அவர்களுக்குள் அச்ச உணர்வைத் தோற்றுவிக்கத் தொடங்கியது. மிருகங்களின் நடமாட்டம் அதிகம் உள்ள காட்டு வழியில், துப்பாக்கி விசையுடன் பிணைக்கப்பட்டிருந்த கயிற்றை கடந்து சென்ற ஒருவனின் மேல் ரவைகள் பாய்ந்து அவன் அதே இடத்தில் இறந்தான். அந்தக் கொலை பஞ்சாயத்துக்காரர்களின் துணையுடன் மூடி மறைக்கப்பட்டது. இரண்டாவது பலி ஊர் கவுண்டரின் மகனாக இருந்ததால், சுட்ட அவனுடைய கள்ளக் காதலியின் கணவனையும், துப்பாக்கி செய்த சுப்பிரமணி ஆச்சாரியையும் தேடி போலீஸ் வந்தது. ஆச்சாரி தப்பி தலைமறைவானான். பல நாள்கள் அவன் ஊர் திரும்பவில்லை. இரவில் ரகசியமாக வந்து துப்பாக்கி சாமான்கள் செய்வதாக ஊரில் வதந்தி பரவியதால் போலீஸ்காரர்கள் இரவிலும் வந்து அவனைத் தேடிவிட்டுப் போனார்கள்.

இந்தச் சமயத்தில்தான் அவன் கூட்டி வந்திருந்த இளம்பெண், இளைஞன் ஒருவனுடன் ஓடிப்போனால். அவள் அம்மா பண்ணைக்காரனின் வப்பாட்டியானாள். சோளக்கொல்லை ஒன்றில் ஒருநாள் மர்மமாக அவள் இறந்துகிடந்தபோது, எல்லோருக்கும் தெள்ளத்தெளிவாகத் தெரிந்தது அக்கொலையைச் செய்தது சுப்பிரமணிதான் என்று. அவன் எங்கிருக்கிருக்கிறான் என்றுதான் யாருக்கும் தெரியவில்லை. பின் வந்த நாட்களில் எங்கெல்லாம் காடுகள் அதிர்கிறதோ அங்கெல்லாம் அவனைத் தேடி போலீஸ் படை எடுக்கத் தொடங்கியது. அவர்களின் யூகங்கள் எதுவுமே பலிக்கவில்லை. அவன் அகப்படவே இல்லை. நாட்களின் நடுவில் அவன் நழுவிப் போய்க்கொண்டிருந்தான். வருஷங்கள் பல கடந்தன.

இதற்கிடையில் சுப்பிரமணியின் அண்ணன் மகன் கள்ளத்துப் பாக்கி செய்வதாக ஊரில் வதந்தி பரவியது. அவனுக்கு சுப்பிரமணி ஆச்சாரிதான் ரகசியமாக தொழில் கற்றுக்கொடுத்ததாகவும் பேசிக் கொண்டார்கள். அது உண்மைதான் என்பதைத் தனது இரண்டு கைகளையும் இழந்து அவனே நிரூபித்துவிட்டான். துப்பாக்கிக்குப் பயன்படுத்தும் ஆரஞ்சுப்பழ நிற மருந்து வைத்திருந்த டப்பாவின் மூடியைத் திருகியபோது அது வெடித்து அவனது இரண்டு கைகளும் கூலமாகிவிட்டன. காயம் ஆறிய பிறகு, விரல்களற்ற அந்த கைகளை வைத்துக்கொண்டே மரத்தில் பல சாகசங்களைச் செய்தான் அவன்.

ஒரு வனத்துறைக் காவலன் கையில் கடைசியாகச் சிக்கியபோது சுப்பிரமணி ஆச்சாரிக்கு எழுபது வயதாகி இருந்தது. கண் பார்வையை இழந்து தடுமாறிக் கொண்டிருந்தான். அவனுடைய கையில்

துப்பாக்கிக்குப் பதில் கைத்தடி இருந்தது. இந்த நிலையில் ஆச்சாரியைப் பார்த்த அந்த வனத்துறை காவலனுக்கு அவன் மேல் இருந்த ஆத்திரமெல்லாம் காற்றில் கரைந்துவிட்டது. குற்றவாளிக்கான அடையாளமே அவனிடம் காணப்படவில்லை. கண்களை இடுக்கிக் கொண்டே ஆச்சாரி சொன்னான், "பாரஸ்ட் அய்யாவா? அய்யா, நான் ஏனம் (துப்பாக்கி) செய்ஞ்சது நிஜந்தான். ஆனா நீங்க நினைக்கிற மாதிரி கொலை செய்றதுக்காகச் செய்யவில்லை. முயல், காடை, கவுதாரி மாதிரி சுட்றதுக்குதான் செய்ஞ்சேன். அவுங்கதான் அதை வாங்கிட்டு போயி மனிசங்களச் சுட்டாங்க. அந்த பொம்பளையைக் கூட நான் கொல்லலை. என்னத் தேடிவந்த ஒரு போலீஸ்காரன்தான் அவளைச் சித்ரவதை செய்து கொன்னுட்டதாக ஊர்ல சொன்னாங்க. போலீஸ்காரங்க அந்தக் கொலைப் பழியையும் என்மேலேயே போட்டுட்டாங்க. அய்யா நான் ரொம்பவும் அலைஞ்சிட்டேன், ஓடி ஒளிஞ்சி வாழ்ந்துட்டேன். இனிமே அப்படி முடியாது." தன் கைகளை நீட்டி அவன் சொன்னான், "என்ன கைது பண்ணிக் கூட்டிட்டுப் போங்க. ஆனா இனிமேல் நீங்கதான் என்னை வச்சி கூழு ஊத்தனும்."

சங்கடத்தில் சிக்கிக்கொண்ட அவன் வெறும் கையுடனேயே ஊர் திரும்பினானன். ஆச்சாரியைப் பார்த்ததாக அவன் யாரிடமும் சொல்லவில்லை. சுப்பிரமணி ஆச்சாரி இறந்துவிட்டதாகக் கருதி அவன் கேஸுக்கு முழுக்கு போட்டது போலீஸ். பிறகு ஒரு நாள் அந்தத் துப்பாக்கிகளின் தலைவன் படுக்கையிலேயே நிரந்தர நித்திரையில் உறைந்தான். அவன் செய்துகொடுத்த கள்ளத் துப்பாக்கிகளின் வேட்டுச் சத்தங்கள் மட்டும் அவன் ஆவியைத் தேடி காடுகளுக்குள் இரைச்சலிட்டுக்கொண்டிருந்தன.

நான் அந்தச் சிறு துப்பாக்கியுடன் முதன் முதலாகக் காட்டுக்குள் நுழைந்து முதல் வேட்டை கிளப்புவதற்கு முன் அவன் பெயரைச் சொல்லித்தான் விசையை அழுத்தினேன்.

கைவிடப்பட்ட ஒரு கதை

'**நாய**ர் மெஸ்' என்று ஒரு கதை எழுதி நண்பர் ஒருவருக்கு படிக்க அனுப்பியிருந்தேன். 'கதை சரியாகவே வந்திருக்கிறது. ஆனால் உயிர்ப்பில்லாமல் இருக்கிறது' என்றார். அவர் சொன்ன பிறகு எனக்கும் அப்படித்தான் தோன்றியது. அதனால் வழக்கம்போல அதை கிடப்பில் போட்டுவிட்டேன். இப்படித்தான் கதைக்களத்தின் தேர்வு நம்மை ஏமாற்றிவிடும். அதை எப்படி எழுதினாலும் பல்லிளித்துவிடும். ஆனால் 'நாயர் மெஸ்' கதையை எதற்காக எழுதினேன் என்பது முக்கியமாகப்பட்டது. அது பற்றி எழுதலாமே என ஒரு யோசனை. அதாவது கைவிடப்பட்டக் கதையைப் பற்றிய ஒரு கதையை. அப்படியே அக்கதையை சொல்லிவிடும் வாய்ப்பும் அமைந்துவிடுகிறதல்லவா.

சமீபத்தில் ஊருக்குச் சென்றிருந்த போது நண்பர்களுடன் ஒரு மதுவிடுதியைத் தேடிப் போனோம். பல ஆண்டுகளுக்குப் பிறகு ஊரில், அதுவும் மதுவிடுதிக்குச் சென்று குடிப்பது அதுதான் முதல்முறை. சிலருடைய வழி காட்டுதல் எங்களை பழைய நாயர் மெஸ்ஸுக்குத்தான் இட்டுச் சென்றது. அது டாஸ்மாக் பாராக மாற்றப்பட்டது அப்போதுதான் எனக்குத் தெரிய வந்தது. நண்பர்களுடன் அங்கிருந்து கிளம்பி வந்தப் பிறகும் நாயர் மெஸ் ஞாபகத்தில் வந்துகொண்டே இருந்தது. அது ஒரு டாஸ்மாக் பாராக மாறிப்போன இன்றைய நிலை ஏதோ ஒரு காவியத் தனமான வீழ்ச்சிப் போலவேத் தோன்றியது. அக்கதையை எழுதத் தூண்டியது அதுதான். அதன் காவிய நாயகியாக அன்னம்மா மாறினாள். அவள் நாயரோடு வாழ வந்ததும், நாயருக்குப் பின் நாயர் மெஸ்ஸின் உரிமையாளரானதும், அவளின்

மரணமும் ஏனோ ஜெய லலிதாவின் வாழ்வோடு ஒப்புமை கொண்டு நின்றன. ஜெயலலிதா அப்போது மருத்துவமனையில் இருந்தார். இந்த ஒப்புமைகூட அக்கதையை எழுதியதற்கு காரணமாக இருந்திருக்கலாம்.

கதையை எப்படித் தொடங்குவது என யோசிக்கையில், அன்னம்மா என்ற பேரழகிக்கு நகரத்தில் நிறைய காதலர்கள் இருக்கிறார்கள். அவளின் நினைவாக அவர்கள் தங்கள் நிறுவனங்களுக்கும் கடைகளுக்கும் அன்னம் சைக்கிள் கடை, அன்னம் சலூன், அன்னம் மளிகை, அன்னம்மா பழக்கடை, அன்னம்மா உணவகம் என்பதுபோல பெயர் சூட்டி மகிழ்கிறார்கள்.

இவ்விதமான ஆரம்பம் கதையின் போக்கில் பொருத்தமில்லாமல் போனதால் நீக்க வேண்டியதாகிவிட்டது. மேலும் படர்க்கையில் சொன்னதால் கதையின் வசீகரம் குறைவதுபோலவும் இருந்தது.

பிறகு ஒரு காதல் காவியத்தின் தொடக்கம் போல முன்னிலையில் எழுதிப்பார்க்கப்பட்டது. அன்னம்மா இறந்த பிறகு அவளது சடலம் படுக்கையில் கிடத்தப்பட்டிருக்கிறது. அவளுடைய மரணம் அறிவிக்கப்படாததால் அவள் தனியாகவே படுத்திருக்கிறாள். அவளை அந்நிலையில் காணும் நாயரின் ஆவி ஆற்றாமையில் புலம்பத்தொடங்குகிறது.

நாயரின் ஆவி பேசுகிறது:

"நான் முதன்முதலில் பார்த்த அன்னம்மாதான் நீ என்றால் காலம்தான் எவ்வளவு கொடியது. உன் அழகிய முகத்தை வெளிறிப் போகச் செய்து, உதடுகளை ஊதா நிறமாக்கிய மரணம்தான் எவ்வளவு இரக்கமற்றது. உன்னை இந்த கதிக்கு ஆளாக்கிய அந்த சதிகாரர்களை நான் வணங்கிய அந்த ஐயப்ப சாமி தண்டிக்காமல் விடமாட்டார்.

நீ எப்போது என் வாழ்க்கையில் வந்தாயோ அப்போதே என் வீழ்ச்சியும் நாயர் மெஸ் வீழ்ச்சியும் தொடங்கிவிட்டதென்று பாம்பே சலூன் சாத்தான் கதை சொல்லிக் கொண்டிருக்கிறது. ஆனால் என்னைப் பொறுத்தவரை உன் வரவு ஒரு வசந்தம், பெருமகிழ்ச்சியின் தொடக்கம்."

பாம்பே சலூன் சாத்தானை உங்களுக்குத் தெரியாது இல்லையா? இந்த இடத்தில் நான் யார், நாயர் மெஸ்ஸுக்கும் எனக்கும் என்ன உறவு, பாம்பே சலூன் சாத்தான் யார் என்பதை சுருக்கமாகத் தெளிவுபடுத்திவிடுவது நல்லது. இது கதையின் கதையாக இருந்தாலும் உங்களை குழப்பக் கூடாது இல்லையா?

அப்போது நான் மேல்நிலை இரண்டாம் ஆண்டு படித்துக் கொண்டிருந்தேன். கணேசன் எனக்கு வகுப்பு தோழனாகவும்

நண்பனாகவும் இருந்தான். இருவரும் ‘லைட் ஹவுஸ்’ என அழைக்கப்பட்ட பிரம்மச்சாரிகள் மட்டுமே தங்கும் ஒரு விடுதியில் அறை எடுத்துத் தங்கினோம். ஆங்கிலம் மற்றும் கணக்குப் பாடங்களுக்கு டியூஷன் படித்துக்கொண்டிருந்தோம் என்பதால் இந்த ஏற்பாடு. வேறுவேறு கிராமத்தைச் சேர்ந்த நாங்கள் காலையில் சைக்கிளில் புறப்பட்டு டியூஷன் வந்துவிட்டு பள்ளிக்குச் செல்ல வேண்டும். இது சிரமமாக இருந்ததால் அறை எடுத்துத் தங்கும் யோசனையை கணேசன்தான் சொன்னான்.

கணேசனுக்கு குடும்ப நண்பராக இருந்த ராஜா சார் தான் விடுதி உரிமையாளரிடம் பேசி அறையைப் பிடித்துக் கொடுத்தது. மாடியில் இருந்த அறை ஒன்றில் தங்கி, தேசிய வங்கி ஒன்றில் காசாளராகப் பணியாற்றி வந்தார் அவர். நாயர் மெஸ்ஸில் கணக்குத் தொடங்குவதற்கு சிபாரிசு செய்ததும் அவர்தான். அந்த மெஸ்ஸின் நீண்ட கால வாடிக்கையாளராக அவர் இருந்தார். மெஸ் இயங்கி வந்த தெருவில்தான் எனது பள்ளியும் இருந்தது.

முன்னால் விஸ்தீரணமாக இடம் விட்டு (இப்போது யாருக்கும் இவ்வளவு தாராளம் வருவதில்லை) உள் ஒடுங்கிக் கட்டப்பட்டிருந்த ஒரு பழையப் பாணி மச்சுவீட்டுக்கு முன்புதான், ஒரு ஆஸ்பெட்டாஸ் கூரைக்குக் கீழே நாயர் மெஸ் செயல்பட்டு வந்தது. வலது முன்புறத்தில் வெளியே பார்த்தவாக்கில் டீக்கடை இருந்தது. இடது பக்கத்தில் கல்லா மேஜை. அதைக் கடந்தால் இடப்பக்கம் நடக்க இடம்விட்டு வலது பக்கம் வரிசையாக நான்கு சாப்பிடும் பெஞ்சுகள். சமையல் எல்லாம் வீட்டுக்குள்தான்.

மெஸ்ஸில் முதன்முதலாக அன்னம்மாவைப் பார்த்தபோது ராஜா சார் சொன்னதுபோல ஒரு காலத்தில் அவள் பேரழகியாக இருந்தாள் என்பதை நம்ப முடியவில்லை. நல்ல அலங்காரத்துடன், எடுப்பான வண்ணத்தில் சேலை உடுத்தி குடை பிடித்தபடி அவள் தெருவில் நடந்து சென்றால் எல்லோரும் வேடிக்கைப் பார்ப்பார்களாம். இப்போது ‘பெரிய’ அழகியாக மாறிப்போயிருந்த அவளின் எந்தெந்தப் பகுதிகள் முன்னர் அவளை அழகியாகக் காட்டியது என்பதை யூகிக்க முடியவில்லை. அந்த இழப்பைச் சரி செய்வது போலவோ என்னவோ அவள் எப்போதும் அலங்கார ரூபினியாகக் காட்சி தருவாள். பெரும்பாலும் கல்லா மேஜைக்கு பின்னாலோ, சாப்பிடும் இடத்தையும் வீட்டையும் இணைத்த வாசலுக்கு அருகில் இருக்கும் மர நாற்காலியிலோதான் அவள் காணப்படுவாள். இரவு உணவின்போது மட்டும் அவள் மாயமாகிப்போவாள் (ஏன் என்ற மர்மம் பின்னர்தான் எனக்குத் தெரியவந்தது). அந்த உணவகத்தின் பெரும்பாலான வாடிக்கையாளர் அவள் நடப்பதைப் பார்த்திருக்கவே முடியாது. ஆனால் நான் சில சமயத்தில் அந்த ‘அன்னம்’ நடப்பதைப்

பார்த்திருக்கிறேன். அது அந்த முன்னாள் பேரழகியின் மீதான இயற்கையின் கேலி என்றே சொல்லும்படி இருக்கும்.

'அங்க தண்ணி வையி, இந்த டேபிளுக்கு இலையப் போடு, சாம்பார் கேட்கறாங்க பாரு' இப்படியான வாய்மொழி உத்தரவுகளும், பார்வையால் ஆன உத்தரவுகள் மட்டும் அவளிடமிருந்து வந்து கொண்டிருக்கும். அத்தோரணை காலத்தின் நிரந்தர உணவகம் ஒன்றின் நிரந்தர உரிமையாளரும், நிரந்தர நிர்வாகியும் அவள்தான் என்பதுபோல் இருக்கும். அவளுடைய அதிகாரக் குரல், நிகழ் காலத்தில் மட்டுமல்ல எதிர்காலத்திலும் சென்று ஒலிக்கும்படி தொனிக்கும். அவளுடைய குரல் ஜெயலலிதாவின் குரல் போலவே இருந்ததுதான் ஆச்சர்யம்.

கல்லா மேஜைக்கு பின்னால் ராமன் நாயர் படமாகத் தொங்கிக்கொண்டிருந்தார். இருமுடி தரித்தக் கோலத்தில் தன்னால் உருவாக்கப்பட்ட மெஸ்ஸை மேற்பார்வைப் பார்த்துக்கொண்டிருப்பது போல அத்தோற்றம் இருக்கும். அந்த நகரத்துக்கு ஐயப்பசாமியை அறிமுகப்படுத்தியவர் அவர்தானாம். புனிதப் பயணம் செல்பவர்களுக்கு கருப்பு உடை மாட்டி புரட்சி செய்தவர் அவர்தான். குருசாமியான அவருடைய தலைமையில் ராஜா சார்கூட ஐயப்பன் கோயிலுக்குச் சென்று வந்திருக்கிறாராம். பின்னர் அவர் 'சக்தி' தாசனாகி சிவப்புக்கு மாறிவிட்டார் என்பது வேறுகதை.

நாயர் மெஸ் என்றாலே அன்னம்மாதான் என்பது ஒரு மாயத் தோற்றம். அதன் வாடிக்கையாளர்கள் பலருக்கும் இப்படியான ஒரு எண்ணம் ஏற்படும் என்பதில் சந்தேகமில்லை. ஆனால் அன்னம்மாவின் உத்தரவுகளை வடிவமைப்பதும், அதை செயலாக்கம் செய்வதும் அவளுடைய தங்கை செல்விதான் என்று சொல்லப்பட்டது. இந்த இடத்தில் நீங்கள் செல்வி பாத்திரத்தோடு சசிகலாவை பொருத்திப் பார்ப்பீர்கள் என்பது தெரியும். ஆனால் அவ்வளவு பொருத்தம் வராது என்பதே உண்மை. நடத்தையில் சந்தேகப்பட்டு கணவனால் துரத்தப்பட்ட அவளுக்கு அன்னம்மாதான் அடைக்கலம் கொடுத்திருக்கிறாள். அவளுக்கு இரண்டு பிள்ளைகள் இருப்பதாகவும் ராஜா சார் சொல்லியிருக்கிறார்.

சற்றே கறுத்த நிறம் என்றாலும் செல்வியும் ஒரு அழகிதான். அந்த மெஸ்ஸின் கோழிக் குழம்பைவிட பெரிய வசீகரம் அவள்தான். மை பூசாத கண்களுடன் அவளைப் பார்ப்பது மிக அபூர்வம். அதனால் 'மைக்கண்ணி' என்றே பலராலும் அழைக்கப்பட்டாள். ஆண்களிடம் அவள் பேசும் விதம், காட்டும் புன்னகை, வெட்கம் எல்லாமே தனி ரகம். ஏற்கெனவே பெண் பித்தராக இருந்த ராஜா சாருக்கு அவள்மீது ஈர்ப்பு ஏற்பட்டதில் ஆச்சர்யமில்லை. அவரின் நண்பர்கள் என்பதாலேயே மெஸ்ஸில் எனக்கும் கணேசனுக்கும் தனி கவனிப்பு இருக்கும்.

மற்றவர்களுக்கு சிக்கன் சேர்வா கிடைத்தால் எங்களுக்கு சிக்கன் கிரேவி கிடைக்கும். சில நேரங்களில் சிக்கனும் அதில் இருக்கும். அவருக்கு முன்பாகவே நாங்கள் சென்றுவிட்டால் “உங்க சார் வர்லயா?” என்று விசாரிப்பாள். அவருடன் சென்றுவிட்டால் நாங்களும் அந்த காதல் அலைகளுக்குள் சிக்கிக்கொள்வோம்.

நாயர் மெஸ்ஸுக்கு எதிர் வரிசையில் சற்று தள்ளி ‘பாம்பே சலூன்’ இருந்தது. வாய் பேசமுடியாத ஐந்து சகோதரர்களுக்குச் சொந்தமானது அது. நானும் கணேசனும் அந்த முடித்திருத்தகத்தின் வாடிக்கையாளர்களாக இருந்தோம். மேலும் மெஸ்ஸில் சாப்பிட்டுவிட்டு அங்கு போய் பேப்பர் படிப்பதுண்டு. எங்களுக்கு அந்த ஊமைச் சகோதரர்கள் வணக்கம் வைத்துச் சிரிப்பார்கள். ‘சாப்பிட்டாச்சா?’ என ஜாடையில் விசாரிப்பார்கள். இந்த வரவேற்பு எங்களை மகிழ்விக்கும். அங்கு வரும் எல்லோருக்குமே அந்த வரவேற்பு கிடைக்கும் என்றாலும் அதில் குறைகாண முடியாது.

பிளாஸ்டிக் காகித மாலையுடன் பெரியார், அண்ணா இருவரின் புகைப்படங்கள் பெரிய அளவில் தொங்கும். பக்கத்திலேயே திமுக துண்டுடன், நடுத்தர வயதுடைய ஒருவரின் புகைப்படம். முகச்சாயல் ஒத்துப்போனதால் அது அந்தச் சகோதர்களின் அப்பாவாகவோ மூத்த அண்ணனாகவோ கூட இருக்கலாம் எனத் தோன்றும். அந்த முடித்திருத்தகத்தின் தவிர்க்கமுடியாத ஒரு அம்சம் அங்கு எப்போதும் காணப்படும் கிழவன். அதுபோன்ற முடித்திருத்தகங்களிலோ தேனீர் கடைகளிலோ வழக்கமாகக் காணப்படக்கூடிய ஆள்தான் அவன். தினசரிகளை படித்துக்கொண்டோ யாருடனாவது விவாதம் பண்ணிக்கொண்டோ இருப்பான். அவனுக்கு எண்பது வயதிருக்கும். கைத்தடி ஒன்றும் அவன் கூடவே இருக்கும். அழுக்கான ஒரு வேட்டியும் பழுப்பு வண்ண சட்டையும்தான் அவனுடைய நிரந்தர உடை. அந்த சகோதர்களிடம் சைகை பாஷையில் பேசுவான். அந்த சகோதரர்களும் தங்களுக்குள் ‘சப்சப்’ என்ற உதட்டசைவிலும் கையசைவிலும் உரையாடிக்கொள்வார்கள். சிரிப்பை பரிமாறிக்கொள்வார்கள், சண்டையிட்டுக்கொள்வார்கள். அங்கு வந்துவிட்டால் வாடிக்கையாளர்களும் அவர்களுடன் அதே பாஷையில்தான் பேசவேண்டியிருக்கும். அந்தச் சூழல் நம்மை ஒரு வேற்று மொழிப் பிரதேசத்துக்குள் சென்றுவிட்ட ஒரு அந்நியன்போல உணரச் செய்துவிடும்.

கிழவன் ஒருநாள் என்னை அருகில் அழைத்துப் பேசினான். நான் பக்கத்தில் போய் உட்கார்ந்ததும், “அந்த கரகாட்டக்காரியோட ஓட்டல்லதான் சாப்பட்றியா தம்பி?” எனக் கேட்டான்.

இக்கேள்வி எனக்கு வியப்பாகவும், அத்தகவல் புதிதாகவும் இருந்தது. என் வியப்பை போக்கும் கடமை அவனுக்கு இருந்தது. அதில் அவன்

அதிக ஆர்வமுடையவனாகவும் இருந்தான். என்னிடம் மட்டுமல்ல பலரிடமும் இந்தக் கதையைச் சொல்லி அவன் சந்தோஷமடைந்திருக்க வேண்டும்.

ராமன் நாயரும் அவனும் ஆரம்ப காலத்தில் நண்பர்களாக இருந்தவர்களாம். பழைய பேருந்து நிலையம் அருகே இருந்த ஒரு டீக்கடையில்தான் நாயர் டீ மாஸ்டராக வந்து சேர்ந்திருக்கிறார். பின்னர் அந்த ராஜ வீதியில் வேறு ஒரு இடத்தில் தனியாகக் டீ கடை ஆரம்பித்திருக்கிறார். அதன் பிறகு இப்போது மெஸ் இருக்கும் வீட்டை நாயருக்காக கிழவன்தான் வாடகைக்குப் பிடித்துக்கொடுத்தானாம்.

இந்த வீட்டுக்கு எதிரே ஒரு கீற்றுக்கொட்டை போட்டு டீக்கடையையும் இட்லிக் கடையையும் ஆரம்பித்திருக்கிறார் நாயர். பின்னர் ஏறுமுகம்தான் அவருக்கு திருமணம் செய்து வைத்தது, இந்த வீட்டையே கிரயம் பேசி வாங்கிக் கொடுத்தது எல்லாமே அந்த கிழவன்தானாம். கருட சேவை திருவிழாவில் கரகாட்டம் ஆட வந்தவள்தான் இந்த அன்னம்மா என்றான் கிழவன்.

"என்ன பேசினாளோ, என்ன சொக்குப்பொடி போட்டாளோ, இந்த மலையாளத்தான் அவ வலையில போய் விழுந்துட்டான்" என்றான் கிழவன்.

"உனக்கு பொண்டாட்டி, ரெண்டு கொழந்தைங்க இருக்காங்க. ஊர்ல நல்ல பேரு இருக்கு. இதையெல்லாம் கெடுத்துக்காதேன்னு எவ்வளவோ சொல்லிப் பார்த்தேன். அந்த ஆளு கேக்கல." என்று வருத்தத்துடன் சொன்னான் கிழவன். இந்த விவகாரத்தால் அவர்களுடைய நட்பிலும் விரிசல் விழுந்துவிட்டதாம்.

அன்னம்மாவுக்கு தினமும் இரவில் சாராயமும், கோழிக் குழம்பும் வேண்டும். இந்த படையலுடனேயே அன்னம்மாவை நாயர் ஆராதித்து வந்திருக்கிறார். பிறகு சைவ ஓட்டலாக இருந்த நாயர் மெஸ் அசைவத்துக்கு மாறிவிட்டதாம். இதனால் அது பல நல்ல வாடிக்கையாளர்களை இழந்து நாசமாகிவிட்டதாக கிழவன் வருத்தத்துடன் சொன்னான்.

குருசாமி அந்தஸ்தைத் துறந்து, அவளுடன் குடித்து, அதற்கு அடிமையாகி குடல் வெந்து செத்தாராம் நாயர். அவருடைய அழிவுக்கு முழு காரணமும் அந்த கரகாட்டக்காரிதான் என்றான் கிழவன். "இவளால அந்தாளுடைய குடும்பமே சீரழிஞ்சி போச்சி. மெஸ் இருக்கிற இந்த வீட்டையும் தன் பேருக்கு எழுதி வாங்கிக்கிட்டா. அந்த குடும்பமே இப்ப நடுத்தெருவுல நிக்குது" என்றான் வருத்தத்துடன்.

நாயர் இறந்த பிறகு அவருடைய மனைவியும் மகனும் அந்த வீட்டின்மீது வழக்குப் போட்டிருக்கிறார்களாம். கிழவன்தான்

அவர்களுக்கு உதவியிருக்கிறான். "இப்ப இந்த கரகாட்டக்காரிக்கு நான் பரம விரோதியாயிட்டேன்" என்றான் கிழவன்.

பிறகு ராஜா சாரிடம் இது குறித்துக் கேட்ட போது, "உங்களுக்கு இதையெல்லாம் அந்த கிழட்டு ராஸ்கேல்தானே சொன்னான்?" எனக் கேட்டார். பிறகு இந்த விஷயம் செல்வி வழியாக அன்னம்மா காதுக்குச் சென்றதா அல்லது கிழவனைப் பற்றி வேறு யாராவது அவளிடம் போட்டுக்கொடுத்தார்களாத் தெரியவில்லை, அன்னம்மா அந்த முடித்திருத்தகத்துக்குப் போய் விளக்குமாறால் கிழவனை சாத்தினாளாம், கணேசன் சொன்னான். "அய்யோ என்னக் கொல்றாளே, என்னக் கொல்கிறாளே, யாராவது காப்பாத்துங்களேன்" என தெருவே கேட்கும்படி அலரினானாம் கிழவன்.

இத்தெளிவு போதும் என நினைக்கிறேன். இப்போது நாயரின் ஆவி தன் புலம்பலைத் தொடர்கிறது:

"அன்னம்மா உனக்கு ஞாபகம் இருக்கிறதா? அது கருடசேவைத் திருவிழாவின் இரண்டாவது நாள். நடு இரவைத் தாண்டிய நேரம். வாணவேடிக்கையும் சுவாமி ஊர்வலம் நடந்துகொண்டிருந்தன. தெருக்களில் கூட்டம் அலைமோதிக் கொண்டிருந்தது. சாப்பாடு முடிந்துபோனதால் மற்றவர்கள் தூங்கச் சென்றுவிட நான் டீக்கடையை பார்த்துக்கொண்டிருக்கிறேன். அப்போது மெஸ் வாசலில் நீ வந்து விழுகிறாய். கரகாட்டக்காரிகள் உடுத்தும் உடை அலங்காரத்தோடும் அலங்கோலமாகவும் நீ கிடந்தாய். நீ அளவுக்கு அதிகமாக குடித்திருந்தாய். பலரும் உன்னை வேடிக்கைப் பார்த்தபடிச் சென்றார்கள். திருவிழாக் கொண்டாட்டத்தில் இளைஞர்களுக்கு இதுவும் கேளிக்கையாகிக் கொண்டிருந்தது. பெண்கள் கூட வெட்கத்துடன் உன்னைக் கடந்து செல்கின்றனர். இக்காட்சியை என்னால் பார்த்துக் கொண்டிக்க முடியவில்லை. உன்னை இழுத்துச் சென்று வேறு இடத்தில் படுக்கவைத்துவிடலாம் என முடிவுக்கு வருகிறேன். அருகில் வந்து சிறிது நேரம் யோசனையுடன் நிற்கிறேன். அங்குப் பரவியிருந்த அலங்கார விளக்கொளியில் உன் முகம் வசீகரமாகத் தோன்றுகிறது. குழந்தைமையும் பெண்மையும் கலந்த உன் முகத்தை யாரால் புறக்கணித்துவிட முடியும்?

உனது கைகளைப் பற்றி இழுத்துக்கொண்டு வந்து மெஸ்ஸின் உள்ளே போடுகிறேன். வாசலை சாத்தினேன். பொழுது விடியும்வரை நீ தரையிலேயே படுத்திருந்தாய். முதல் ஆளாக வந்து பார்த்த டீ மாஸ்டர் ராமசாமிக்கு அதிர்ச்சி. இதெல்லாம் என்ன என்பதுபோல என்னைப் பார்த்துக்கொண்டிருந்தான்.

சிறிது நேரத்திலேயே நீயும் எழுந்துவிட்டாய். தூக்கத்திலிருந்து எழுந்து ஒரு குழந்தையைப் போல திகைப்புடன் சுற்றும்முற்றும்

பார்க்கிறாய். உன்னை வீட்டின் பின்பக்கம் அழைத்துச் சென்று குளியல் அறையைக் காட்டும்படி ராமசாமியிடம் சொல்கிறேன். நீ சங்கோஜத்துடனும் மன்னிப்புக் கோரும் தோரணையுடன் அவனுக்குப் பின்னால் போகிறாய். நீ அங்கிருந்துத் திரும்பி வரவேற்பறை வழியாக வந்தபோது எதிரில் வந்து நிற்கிறேன். உன்னுடையப் பெயரைக் கேட்கிறேன். வெட்கத்துடன் சிரித்துக்கொண்டே சொல்கிறாய் ‘அன்னம்மா’. சுவரில் சாய்ந்து நின்று கொள்கிறாய்.

அலங்கோலமான, தெளிவற்ற, யூகிக்க மட்டுமே முடிந்த உன் வாழ்வின் பின்னணியிலிருந்து சோகமும் தனிமையும் கொண்ட ஒரு முகம் எனக்கு முன் மலர்ந்துத் தோன்றுகிறது. உன்னுடைய சீரழிந்த வாழ்க்கை குறித்து எந்தக் கேள்விகளையும் நான் எழுப்பவே இல்லை. அதுவே என்னை கடந்து போகாமல் உன்னைத் தயங்கி நிற்கச் செய்ததோ என்னவோ.

நான் கேட்கிறேன், “எப்ப ஊருக்கு?”

நீ சொல்கிறாய், “மதியமே கிளம்பனும். எங்க ஊருக்கு பக்கத்துல இன்னிக்கு இராத்திரி திருவிழாவில எங்க ஆட்டம் இருக்கு.”

“இந்த ஊருக்கு எப்ப திரும்ப வருவே?”

நீ என்னைக் வியப்புடன் பார்க்கிறாய். என் கேள்விக்குப் பின்னால் உள்ள அர்த்தம் உன்னைக் குழப்பத்தில் ஆழ்த்தியிருக்க வேண்டும்.

நீ கேட்டாய், “நீங்க அய்யரா?”

நான் சொன்னேன், “இல்லே மலையாளி, நாயர். ஏன் கேக்கிற?”

நீ யோசனையுடனும் சங்கடத்துடனும் என்னைப் பார்க்கிறாய்.

நான் சொல்கிறேன், “உனக்கு விரும்பம்ன்னா எப்ப வேணா வரலாம்”

யோசிப்பதற்கு நான் கொடுத்த இடைவெளி என் பைத்தியக்காரத் தனத்தை புரிந்துகொள்ள உனக்கு உதவியிருக்க வேண்டும். நீ வேடிக்கையாகக் கேட்கிறாய், “எனக்கு தினமும் சாராயம் குடிச்சாத்தான் தூக்கம் வரும். வாங்கிக்கொடுப்பிங்களா?”

இந்த வடிவத்திலான கதை சொல்லலையும் இடையில் நிறுத்த வேண்டியதாகிவிட்டது. காரணம் இதில் கதை சொல்லியின் சுதந்திரம் பாதிக்கப்படுகிறது. எல்லை வகுக்கப்பட்டுவிடுகிறது. அன்னம்மாவின்மீது அளவற்ற பித்துகொண்ட ஒருவன், தன் வாழ்க்கையையே அழித்துக்கொண்ட ஒருவன் கதையைச் சொன்னால் அது ஒரு காதல் கதையாகவே முடிந்துபோகும் ஆபத்தும் உண்டு. அந்த ரொமாண்டிஸ

காலமெல்லாம் எப்போதோ காலாவதியாகிவிட்டதால், நானே தன்னிலையில் கதை சொல்வதென முடிவு செய்கிறேன். அதன் தொடக்கம் இப்படி இருந்தது:

அன்னம்மாவின் மரணம் ஒரு அபத்த காவியம். அதை இவ்விதம் உணர்த்தவே சீக்கிரம் சென்று சேர்ந்தாளோ என்னவோ. வாழ்ந்த காலத்தில் அவளின் திறமை, சாதுர்யம், தைரியம் பலரால் சிலாகிக்கப்பட்டது. ஆனால் அவள்மீது பிரகாச ஒளி எதுவும் படிந்திருந்ததாகத் தெரியவில்லை. ஒரு குடும்பத்தையே சிதைத்த பாவம் பலரது வார்த்தைகளாகவும் சாபமாகவும் மாறி அவளைச் சுற்றி சுழன்று கொண்டிருந்தது. ராமன் நாயர் என்ற மதிப்பு மிக்க மனிதரை தரம் தாழ்த்தி சுடுகாட்டுக்கு அனுப்பி வைத்த புண்ணியவதியாகவும் அவள் பார்க்கப்பட்டாள். குடிக்கு அடிமையான, ஒழுக்கம்கெட்ட பெண்ணாகவும் அவள் அறியப்பட்டாள். பிறகு அவளுடைய மரணம் எப்படி முக்கிய நிகழ்வானது, இழப்பானது?

அவளுக்குப் பின் நாயர் மெஸ் என்னவாகும் என்ற கேள்வியை பலரும் கேட்டுக்கொண்டிருந்தார்கள். சந்தேகமில்லாமல் அது மிகையான எதிர்வினைதான். அது வாடிக்கையாளர்களின் உடனடி ஆதங்கம்தானே தவிர அவர்களின் சிந்தனையிலிருந்து முளைத்த கேள்வியாக இல்லை. அந்த நகரத்தில் அப்போது இயங்கி வந்த எவ்வளவோ உணவகங்களில் ஒன்றுதான் நாயர் மெஸ். அதற்கென்று சில வாடிக்கையாளர்கள் இருந்தார்கள். அதற்குமேல் அதற்கு பெரிய முக்கியத்துவம் எதுவும் இருந்ததாகத் தெரியவில்லை. அங்கே பரிமாறப்பட்ட இட்லிக்கோ, பூரிக்கோ, பரோட்டாவுக்கோ, சிக்கன் குழம்புக்கோ எந்தத் தனித் தன்மையும் இருந்ததாகத் தெரியவில்லை. அதே போலத்தான் அன்னம்மாவும். அது ஒரு நிகழ்வு. நாயர் மெஸ் தொடர்ந்து இயங்கி வந்திருக்கலாம் இல்லாமல் போயிருக்கலாம், அன்னம்மா என்ற ஒரு ஜீவன் அங்கு வாழ்ந்திருக்கலாம், அப்படி ஒரு வரவு அதற்கு நிகழாமல் போயிருக்கலாம். இந்த கதையில் இடம்பெறுகிறது என்பதற்கு மேல் இப்போது அதற்கெல்லாம் என்ன பெரிய முக்கியத்துவம் இருக்கிறது? கணக்கு வைத்து மூன்று வேளை உணவை அங்கு சாப்பிட்டு வந்தோம் என்பதற்கு மேல் அதற்கும் எங்களுக்கும் என்ன உறவு? செல்வியுடனான தொடர்பு காரணமாக ராஜா சாருக்கு ஒருவேளை அது முக்கியமானதாக இருந்திருக்கலாம். அவர் மூலம் அன்னம்மா குறித்த சில ரகசியங்கள் எங்களுக்குத் தெரிய வந்ததென்னவோ உண்மைதான். அதனாலேயே பிணைப்பின் இறுக்கம் கூடி விடுமா என்ன?

கிழவன் சொன்னதை ஒரு நாள் ராஜா சார் உறுதிப்படுத்தினார். தினமும் கால் பாட்டில் பிராந்தி சாப்பிட்டால்தான் அன்னம்மாவுக்குத் தூக்கம் வரும் என்றார். டீ மாஸ்டர் ராமசாமிதான் அவளுக்கு

வாங்கி வந்து கொடுப்பாராம். “அந்த ஆளு டீ மட்டுமா போட்றான்...” என அவர் சிரித்துக்கொண்டே சொன்னார்.

நாயர் காலத்திலேயே வேலைக்குச் சேர்ந்தவர் ராமசாமி. நாயர் இறந்த பிறகு அன்னம்மாவின் தீவிர விசுவாசியாகவே மாறிவிட்டிருந்தார். செல்விகூட அவருக்கு அடுத்த நிலைதான் எனத் தோன்றும். அன்னம்மாவின் விசுவாசிகளில் இன்னொருவன் சங்கர். நாயர் மெஸ்ஸுக்காகவே பிறப்பெடுத்து வந்தவன் அவன். ராஜா சாரிடம் அவன் அதிக மரியாதைக் காட்டுவான். ஆனால் எரிச்சலான ஒரு எதிர்வினைதான் அவரிடம் வெளிப்படும். அவன் எப்போதும் செல்வியோடே இருக்கிறானே என்ற பொறாமையாக இருக்கலாம்.

மெஸ் கட்டடத்தின் மீதான வழக்கில் தீர்ப்புத் தேதி நெருங்கிக் கொண்டிருப்பதாகப் பேசப்பட்டது. அதன் பரபரப்பு நாயர் மெஸ் ஆட்களிடமும் காணப்பட்டது. அன்னம்மாவிடம் தனது விசுவாசத்தை காட்டும் வகையில் ராமசாமி திருப்பதிக்குப் போய் வெங்கடேஷ்பெருமாளை தரிசித்துவிட்டு மொட்டை போட்டுக்கொண்டு வந்தார்.

எதிர்பார்த்தது போலவே வழக்கில் அன்னம்மா ஜெயித்து விட்டாள். இதனால் ஆத்திரமடைந்த நாயர் மகன், அன்னம்மாவை கொல்லாமல் விடமாட்டேன் என நீதிமன்ற வளாகத்திலேயே சபதம் போட்டுவிட்டுச் சென்றானாம். நாயரின் மனைவி மண்ணை வாரித் தூவி “நீ நாசமாத்தான் போவ” என சாபமிட்டபடியே சென்றாளாம்.

இந்த இடத்தில் இந்த வழக்கோடு ஜெயலலிதா மீதான சொத்துக்குவிப்பு வழக்கை ஒப்பிட வேண்டாம். அப்படி எழுதும் யோசனையும் எனக்கில்லை. அப்படி எழுதினால் கதை அளவுக்கு அதிகமான அபத்த நாடகமாக போய்விடும். நிஜ வாழ்க்கையில், வரலாற்றில் இதுபோல ஆயிரம் அபத்தங்கள் அரங்கேறிக்கொண்டுதானே இருக்கின்றன. அதை எல்லாம் கதையாக்கினால் கதை சீக்கிரத்திலயே அழுகிப்போய்விடுமல்லவா.

இனி கதையின் போக்கு எப்படி அமைந்தது என்று பார்ப்போம். கதைச்சொல்லி கதையைத் தொடர்கிறார்:

எங்களுக்குப் பொதுத் தேர்வு தொடங்குவதற்கு ஒரு மாதம் இருக்கும் போதுதான் ஒரு நாள் காலை ராஜா சார் வந்து ரகசியமாகச் சொன்னார் அன்னம்மா இறந்துவிட்டாள் என்று. அளவுக்கு அதிகமான போதை அவளைக் கொன்றுவிட்டதாகச் சொன்னார். நடு இரவைத் தாண்டி அவளுடைய மரணம் நிகழ்ந்திருந்தது.

மெஸ்ஸின் முன் வாசலைப் பூட்டியிருந்தார்கள். பின்பக்கமாக உள்தள்ளியிருந்த வீட்டின் பின்வாசலை திறந்து வைத்து அடுத்தத்

தெரு வழியாக சங்கரும் ராமசாமியும் வெளியே போய் வந்து கொண்டிருந்தார்கள். அவர்களுக்கென அவசரமான சில வேலைகள் இருந்தன. செல்வி வீட்டிலேயே இருந்தாள். அவள் சில உத்தரவுகளை அவர்களுக்கு அளித்துக்கொண்டிருந்தாள்.

ராஜா சாரின் ஆலோசனையின் பேரில் அன்னம்மாவின் மரணச் செய்தியை மாலையில் சொல்வதென முடிவு செய்யப்பட்டிருந்தது. அதற்குள் குளிர்பதனப்பெட்டி முதலான அனைத்து ஏற்பாடுகளும் செய்யப்பட்டுவிட வேண்டும். முக்கியமாக அன்னம்மாவுக்கு வரவேண்டிய பெரிய அளவிலான தொகையை இரண்டு பேரிடம் வாங்கிவிடவேண்டும் என்பதே அவர்களின் திட்டம். இல்லையென்றால் அது வராமலேயே போய்விடுமோ என்ற அச்சம். அன்னம்மாவின் மரணச் செய்தி தள்ளிப்போனது அதனால்தான்.

அன்று மாலை அன்னம்மாவின் மரணம் ஊருக்குத் தெரிவிக்கப்பட்டது. மறுநாள் மதியம் இறுதி ஊர்வலம் நடைபெற்றது. நாயரின் கல்லறைக்குப் பக்கத்திலேயே அன்னம்மா புதைக்கப்படவில்லை, எரிக்கப்பட்டாள்.

பலரும் எதிர்பார்த்தபடியே அன்னம்மா இறந்து ஒரு மாத காலத்துக்குள் சம்பவங்கள் நடக்கத் தொடங்கின. எங்களை ஆச்சர்யப்படுத்திய விஷயம், செல்விமீது காவல் நிலையத்தில் ராமசாமி புகார் கொடுத்தார் என்பதுதான். அன்னம்மா அதிக குடிபோதையில் இறக்கவில்லை. சொத்துக்கு ஆசைப்பட்டு செல்விதான் பிராந்தியில் விஷம் கலந்து கொடுத்து அன்னம்மாவைக் கொன்றுவிட்டாள். அதனால் தான் அவசரஅவசரமாக சடலத்தைக் கொண்டுபோய் எரித்துவிட்டார்கள் என்று.

ராஜா சாரின் ஆலோசனையின் பேரில் செல்வி ஒரு புகார் கொடுத்தாள். அதில், ஏற்கெனவே திருமணமான என்னை ராமசாமி திருமணம் செய்துகொள்ளச் சொல்லி வற்புறுத்துகிறார். இரவில் படுக்கைக்கு அழைத்துத் தொல்லைத் தருகிறார். சம்மதிக்கவில்லை என்றால் கொலை செய்துவிடுவதாக மிரட்டுகிறார். அவரிடமிருந்து எனக்குப் பாதுகாப்பு வேண்டும் என புகாரில் சொல்லியிருக்கிறாள்.

இதனால் ராமசாமி நிலைகுலைந்து போனார். ராஜா சாரிடம் வந்து, அந்த மெஸ்ஸை நம்பியே கல்யாணம் கூட பண்ணிக்கொள்ளாமல் வாழ்க்கையை வீணடித்துவிட்டதாகவும் தனக்கு ஒரு தொகையைப் பெற்றுத்தந்தால் இந்த ஊரைவிட்டேப் போய்விடுவதாகவும் கண்ணிர்விட்டு கெஞ்சினார். அதன்படி ஒரு தொகையை தர செல்வி சம்மதிக்க பிரச்சினை முடிவுக்கு வந்தது.

அதன் பின்னர் செல்வியும் சங்கருமே அந்த மெஸ்ஸை நிர்வகித்து வந்தாகவும் அன்னம்மாவின் ஒரே வாரிசு செல்வி என்பதால் அந்த சொத்து செல்விக்கே சென்றுவிட்டதாகவும் கணேசன்தான் எனக்குச்

சொன்னான். சென்னை வந்த பிறகு அவனுடையத் தொடர்பும் அறுந்துவிட்டது.

டாஸ்மாக் பாராக மாறிப்போன அந்த நாயர் மெஸ்ஸில் போடப்பட்டிருந்த மேஜைக்கு எதிரே உட்கார்ந்து குடித்துக் கொண்டிருந்தபோது ஒரு கற்பனைத் தோன்றியது. அதையே கதையின் முடிவாகவும் வைத்திருந்தேன். அது இப்படி அமைந்திருந்தது:

குடிகாரர்களெல்லாம் கிளம்பிபோனப் பிறகு நாயரின் ஆவியும் அன்னம்மாவின் ஆவியும் ஒரு மேஜைக்கு எதிரெ உட்கார்ந்து குடித்துக்கொண்டிருக்கின்றன. பழைய நினைவுகளை அசைப் போட்டு மகிழ்கின்றன. சில பொழுது நாயர் மெஸ்ஸின் இன்றைய நிலையை எண்ணி கண்ணீர்விட்டு அழுகின்றன. புகை மண்டலம் ஒன்று எழுந்து பாரை நிறைக்க அது ஒரு கனவுப் பிரதேசமாக மாறிவிடுகிறது. சினிமாவில் எம்ஜியாரும் ஜெயலலிதாவும் நடனமாடுவது போல அங்கே நாயரும் அன்னம்மாவும் பளப்பளப்பான ஆடைகளை அணிந்து ஓடிப் பிடித்து ஆடத் தொடங்குகின்றனர்.

வார்த்தை

அவள் எழுப்பினாளா, அவனே எழுந்தானாத் தெரியவில்லை, அவன் விழித்துப் பார்த்தபோது கணினி மேஜையின்மேல் காப்பியைக் கொண்டுவந்து வைத்துவிட்டு அவள் நின்றிருந்தாள். அவள் கண்கள் அவனையேப் பார்த்துக் கொண்டிருந்தன. இது வழக்கத்துக்கு மாறான ஒன்று. அவள் பார்வையை அந்த விதமாக எதிர்கொள்ள அச்சப்பட்டவனாக என்ன என்பதுபோல அவனும் பார்த்தான். அவள் முகம் கோபத்திலும் துக்கத்திலும் துடித்துக்கொண்டிருந்தது.

பதைத்துப் போனான். அவன்மீதான, அவன் பொருட்டான கோபம்தான் அது. ஏன் என்பதுதான் அவனுக்கு விளங்கவில்லை.

அவன் கேட்டான், "என்ன?"

இக்கேள்விக்காகவே காத்திருந்ததுபோல அவள் உடைந்து நொறுங்கினாள், "என்னவா? என்ன மனுஷன் நீ, என்ன யாருன்னு நெனச்சி அந்த வார்த்தைய சொன்ன?"

அவனுக்கு விளங்கவில்லை. "நான் என்ன சொன்னேன்?"

"என்ன சொன்னயா? ராத்திரி முழுக்க நான் தூங்கலத் தெரியுமா?" அவள் அழுதாள். இது அவனை நிலைகுலையச் செய்தது. படுக்கையிலிருந்து எழுந்து கால்களைத் தரையில் வைத்து அவள் பக்கம் திரும்பி உட்கார்ந்தான். யோசித்தான், அப்படி சொல்லியிருந்தால் இரவுதான் அவன் ஏதாவது சொல்லியிருக்க வேண்டும். ஆனால் ஞாபகம் வரவில்லை.

“நான் என்ன சொன்னேன்? புரியல சித்ரா”

பதில் பேசாமல் உடல் குலுங்க அவள் அழுது கொண்டிருந்தாள். இப்போது எதுவும் சொல்ல மாட்டாள் என்பது தெரிந்தது. அவளுடைய குணத்துக்கு அது பொருத்தமானதில்லை. அப்படி சொல்லிவிட்டால் அது அவனோடு சமரசம் செய்துகொண்டதற்கு ஒப்பானதாகும், அதற்கு அவள் தயாரில்லை. அவளுடைய கோபம் அதற்கும் அப்பாற்பட்டது. அப்படி ஒரு வார்த்தையை அவன் சொல்லியிருக்கிறான். என்னதான் வார்த்தை அது, இதுவரை அவளை நோக்கி சொல்லியிருக்காத அந்த வார்த்தை?

அவள் சொல்லவில்லை என்றாலும் அவளை சமாதானப்படுத்த வேண்டிய நிலையில் அவன் இருந்தான். இந்த சச்சரவு இந்த அறையோடு முடிந்துவிட வேண்டும். அதுதான் பாதுகாப்பானது. அவன் குடும்பத்தில் உள்ள மற்றவர்களுக்குத் தெரியக்கூடாது. எவ்வளவோ நாட்கள் இந்த அறையில் அவர்கள் சண்டையிட்டுக்கொண்டுள்ளார்கள். ஆனால் எதுவும் மற்றவர்களின் இடையீட்டுக்கு வழிவகுக்கும்படி ஆனதில்லை. ஒருவேளை இருவருடைய முகபாவங்களை, வார்த்தையாடல்களை வைத்து இருவருக்குள் ஏதோ நடந்திருக்கிறது என அவர்கள் யூகிக்கும்படி இருந்திருக்கலாம், அவ்வளவுதான். அவளும் அவன் குறித்து எந்தக் குற்றச் சாட்டையும் அவன் பெற்றோரிடமோ, அவளுடைய பெற்றோரிடமோ கொண்டு சென்றதில்லை. நேற்று இரவு அவர்களுக்குள் வழக்கமான மோதல் இருந்ததுதான். ஆனால் அவள் இவ்வளவு புண்படும்படி எதுவும் சொல்லியதாக நினைவில் தங்கியிருக்கவில்லை.

அவன் எழுந்தான். அவளை நோக்கிப் போனான், தோளின் மேல் கை வைத்தான்.

“என்ன சித்ரா சொன்னேன்? சத்தியமா எனக்கு ஞாபகம் இல்ல”

இந்த சமாதானத்துக்கு ஈடானதில்லை அவளுடைய கோபம். அதைப் புலப்படுத்தும் விதமாக அவள் அவன் கையை உதறிவிட்டு கண்களை துடைத்துக்கொண்டே கதவை நோக்கி நகர்ந்தாள்.

பின்னர் திரும்பி அவனை நோக்கி ஆத்திரத்துடன் சொன்னாள், “இவ்வளவு நாள் என் பையனுக்காகத்தான் பொறுத்துக்கிட்டிருந்தேன். ஆனா இனிமே என்னால இருக்க முடியாது.”

கதவைத் திறந்துகொண்டு அவள் அங்கிருந்து வெளியேறினாள்.

அவன் அந்நிலையிலேயே சிறிது நேரம் உறைந்து நின்றிருந்தான். பின்னர் திரும்ப வந்து கட்டிலின் விளிம்பில் உட்கார்ந்துகொண்டான். கணினி மேஜையின் மீது காப்பி ஆறிக்கொண்டிருந்தது.

'என்ன எழவு வார்த்தை அது?' தலையைப் பிடித்துக்கொண்டு யோசித்தான். இரவு நடந்ததை திரும்பவும் ஞாபகத்தில் கொண்டு வர முயன்றான். சமீப நாட்களில் அவன் அதிகம் குடிக்கத் தொடங்கியிருந்தான். வீட்டுக்கு வரும்போது குடித்துவிட்டு வருவது சகஜமாகிவிட்டது. சில நாட்களில் அவளிடமிருந்து கடுமையான எதிர்ப்பு இருக்கும். சில நாட்கள் 'நீ இப்படித்தான், நான் என்னசெய்வது?' என்பதுபோல அவள் வெறுப்புடன் கீழே பாய் விரித்துப் படுத்துக்கொள்வாள். போதை குறைவாக இருந்தால் அவளே உணவு பறிமாற விரும்புவான். சாப்பாட்டு மேஜையில் போய் உட்கார்ந்துகொள்வான். கொஞ்சம் அதிகமாகிவிட்டால் அவனே போட்டுக்கொண்டு சாப்பிட்டுவான். சில பொழுது பசியுடனேயே படுத்துக்கொண்டிருக்கிறான். பெரும்பாலும் வெளியே அவன் சாப்பிடுவதில்லை. நேற்று இரவு அவனே போட்டு சாப்பிட்டு வந்துதான் படுத்தான். மகன் குறித்து எதையோ அவன் கேட்க வேண்டியிருந்தது. அதுதான் வாக்குவாதத்தில் கொண்டுபோய் நிறுத்தியது. வழக்கம்போல அது சற்று உச்சத்துக்குப்போய் அவனுடைய பின்வாங்கலோடு முடிந்துபோனது. இதற்கு நடுவே அவன் அவளை என்ன சொன்னான் என்பது நினைவுக்கு வரவில்லை. ஏதோ அவள் மனம் நோகும்படி சொல்லியிருக்கிறான். இல்லையென்றால் அவள் இவ்வளவு ஆர்ப்பாட்டம் செய்ய நேர்ந்திருக்காது. பாழாய்ப் போன என்ன வார்த்தைதான் அது?

இதே போன்று பலமுறை அவன் தவிப்புறும்படி அவள் நிறுத்தியிருக்கிறாள். அவனைப் பழிவாங்கும் ஒரு வழிமுறைதான் இது. அவன் நடவடிக்கைகளுக்குப் பொறுத்துப் போகிறாள் என்றாலும் அவள் அவ்வளவு அப்பாவி இல்லை. அவளுக்குள்ளும் சிறுசிறு தந்திரங்களும், சிறுசிறு பொய்களும், அவள் தரப்பு பலவீனப்படும்போது பேச்சை கீழ்நிலைக்கு கொண்டுபோய் வீழ்த்தும் சாகசமும் தெரிந்தவள்தான்.

அவர்கள் இருவருக்குள் காதல் மீதுரும் பிணைப்பு எப்போதும் நிரந்தரமாக இருந்ததில்லை. படுக்கையில்கூட அவள் தனக்காக இல்லாமல் அவன் பொருட்டே இணக்கம் காட்டுகிறாளோ என்றும் நினைப்பதுண்டு. அவர்கள் இருவரும் கணவன் மனைவியாக இருக்க வாய்க்கப் பெற்றவர்கள் அவ்வளவுதான். அவனுக்கு மனைவி, குழந்தை என ஒரு குடும்பம் தேவை. அவளுக்கும் அப்படித்தான். இந்த வாழ்க்கையை இப்படி வாழ விதிக்கப்பட்டவர்கள் அவர்கள்.

எவ்வளவு உச்சபட்ச சண்டையின் போதும் ஒருமுறை கூட அவன் கை நீட்டியதில்லை. அவனுடைய இயல்புக்கு அது பொருத்தமற்றது. யாருடனும் சண்டையை அவன் வெறுத்தான. அலுவலகத்திலோ, வெளியிலோ அதற்கான சூழல் ஏற்பட்டால் கவனமாக தயக்கமின்றி

பின்வாங்கிவிடுவான். அவனுக்கு எதிராக சதியை நிகழ்த்தியிருந்தாலும், தந்திரங்களை பிரயோகித்திருந்தாலும், தவறு இழைத்திருந்தாலும் அவர்கள் முகத்துக்கெதிரே தன் கோபத்தைக் காட்டி அவர்கள் அவமானத்தில் குன்றுவதை அவனால் பார்க்க இயலாது. அவன் போய் அவன் மனைவியை என்ன வார்த்தை சொல்லி இப்படி புண்படுத்தியிருக்க முடியும்?

அவளுடைய இவ்விதமான தாக்குதல் அவனை அதிகம் வருத்தியது. சில நாட்களுக்கு முன்புகூட அவள் இப்படியான நிலைக்கு அவனை தள்ளிவிட்டு நின்றாள். யாரோ அவன் குறித்து அவளிடம் சொல்லியிருக்கிறார்கள். மதுவிடுதியிலிருந்து தடுமாறிக்கொண்டே அவன் வெளியே வந்தானாம். இருசக்கர வாகனத்தில் ஏறுவதற்குக்கூட அவனால் முடியவில்லையாம். அப்படி நிலை தவறும் அளவுக்கு எப்போதும் அவன் குடித்ததில்லை. இந்தக் குற்றச்சாட்டு அதிகப்படியானது; அவனைக் குறித்த தரம் தாழ்ந்த விமர்சனம். அது அவளை அதிகம் அவனமானப்படுத்திவிட்டதாக அவள் சொன்னாள். 'ஏன் இவ்வளவு கீழ்த்தரமா நடந்துகிற?' என்று கேட்டு அவள் அழத்தொடங்கிவிட்டாள். கடைசி வரை அது யார் என்று அவள் சொல்லவில்லை. இந்தக் குற்றச்சாட்டை அவன் கழுத்தில் போட்டு அவள் இறுக்கத் தொடங்கிவிட்டாள். அவன் மூச்சுத் திணறிப் போனான்.

குடும்ப விஷயங்கள் எதையாவது கோடிட்டு காட்டிவிட்டு, முழு விவரங்களைச் சொல்லாமல் சொல்வாள், 'இதெல்லாம் உனக்கு எதுக்கு? எதையும் காதுல போட்டுக்காத. உன் வேலை, உன் குடின்னு இப்படியே இருந்துடு.' அவனை பெரிய குற்றவுணர்ச்சியில் ஆழ்த்திவிடுவாள். என்ன விஷயம் என வற்புறுத்திக் கேட்டாலும் கடைசிவரை சொல்லமாட்டாள்.

அது போன்ற ஒன்றுதான் இது என்றாலும், இதில் ஏதோ விபரீதம் கலந்திருக்கிறது. அவன் என்ன சொன்னான் என்பது தெரிந்தால்தான் அதற்குரிய பதிலைச் சொல்லவோ, மன்னிப்புக் கேட்கவோ முடியும். அதற்கான சந்தர்ப்பம் இப்போது கிடைக்குமா எனத் தெரியவில்லை. அவளை தனியே சந்தித்தால் மட்டும்தான் அதை செய்ய முடியும். இந்த அறைக்கு இப்போது அவள் வரமாட்டாள். பிறகு எங்கே பேசுவது?

அவன் வெளியே வந்தான். அவள் சமையல் அறையில் இருப்பது தெரிந்தது. அவன் வரவேற்பறையில் சோபாவில் போய் உட்கார்ந்தான். அங்கே வழக்கத்துக்கு மாறான எந்த அறிகுறியும் இல்லை. அவன் அம்மாவும் சமையல் அறையில் இருப்பது தெரிந்தது. அங்கே போய் அவளை சமாதானப்படுத்த முடியாது. அவனுடைய மகனுக்கு காலையிலேயே பள்ளிப் பேருந்து வந்துவிடும். அவன் சென்று

விட்டிருந்தான். அவனும் அலுவலகம் கிளம்பியாக வேண்டும். அவளை இதே நிலையில் விட்டுவிட்டுச் செல்ல அவனுக்குத் தயக்கமாக இருந்தது. ஏதாவது விபரீதம் நிகழ்ந்துவிடுமோ என்று அஞ்சினான். அந்த யோசனையுடனேயேக் குளிக்கப் போனான். அந்த குழப்பமான மனநிலையிலேயே பல் துலக்கினான், கழிவறையைப் பயன்படுத்தினான், குளித்தும் முடித்தான்.

உடை மாற்றிக்கொண்டு வந்து பார்த்தபோது அவள் வீட்டில் இல்லையோ என்ற சந்தேகம் எழுந்தது. அவன் அம்மாதான் அவனுக்கு உணவு பறிமாறினாள். அவள் எங்கே என்று கேட்டான். மார்க்கெட் போயிருப்பதாகச் சொன்னாள். வழக்கமாக மார்க்கெட் போக வேண்டும் என்றால் அவன் அலுவலகம் கிளம்பியப் பிறகுதான், துணியெல்லாம் துவைத்துவிட்டுப் போவாள். இவ்வளவு காலையில் அவள் ஏன் கிளம்பிப் போக வேண்டும்?

உணவு குறைவாகவே இறங்கியது. அதில் கவனம் இல்லை. போயிருந்தால் வழக்கமாக அவள் போகும் பல்பொருள் அங்காடிக்குத்தான் போயிருக்க வேண்டும். காய்கறி, மளிகை சாமான் எல்லாம் ஒரே இடத்தில்தான் அவள் வாங்குகிறாள். இதையே சாக்காக வைத்து அவள் வேறு எங்காவது சென்றுவிட்டிருந்தால்? அவள் என்ன மனநிலையில் வீட்டிலிருந்துக் கிளம்பிப் போனாள் என்று தெரியவில்லை.

அவன் தன் இருசக்கர வாகனத்தைக் கிளப்பினான். ஆனால் அதை அவன் அலுவலகம் இருக்கும் திசையில் செலுத்தவில்லை. அவன் யோசனை முழுவதும் மனைவி குறித்தும் அவள் எங்கு போயிருப்பாள் என்றே இருந்ததால் அந்த பல்பொருள் அங்காடி இருக்கும் திசையில் சென்றுகொண்டிருந்தான். காலையில் அலுவலகம் புறப்படும்போது அன்று செய்யக்கூடிய முக்கிய வேலைகள் பற்றியே அவன் கவனத்தில் இருக்கும். அது சுமையாக அழுத்த அது பற்றியச் சிந்தனையிலேயே செல்வான். ஆனால் இன்று அதையும்தாண்டி அவன் மனைவி குறித்த அச்சம் பிரக்ஞையை ஆக்கிரமித்திருந்தது.

வேறெதுவும் அவனுக்கு இப்போது ஒரு பொருட்டல்ல. அந்த பல்பொருள் அங்காடிக்குப் போய் அவள் அங்கே இருக்கிறாளா என்பதை அவன் உறுதிபடுத்திக்கொள்ள வேண்டும். பின்னர் சந்தர்ப்பம் கிடைத்தால் அங்கேயே அவளை சமாதானப்படுத்திவிட வேண்டும். அவள் சம்மதித்தால் எங்கேயாவது அழைத்துக்கொண்டு போய் பேசிவிட்டும் வரலாம். அது என்ன வார்த்தையோ அதை தெரிந்து கொள்ளாமலேயே மன்னிப்பு கேட்கவும் அவன் தயார்.

அந்த பல்பொருள் அங்காடி சற்று அருகில்தான் இருந்தது. வெளியே வண்டியை நிறுத்திவிட்டு அங்காடிக்குள் நுழைந்தபோது திகைப்பாக இருந்தது. இவ்வளவு காலையில் இத்தனை கூட்டமா?

விடுமுறை நாட்களில்தான் இப்படிப் பார்த்திருக்கிறான். அன்று ஏன் எனத் தெரியவில்லை. அந்த அங்காடி மிக விஸ்தீரணமானது; பல அடுக்குகள், பல பிரிவுகள் கொண்டது. அவள் எங்கே இருக்கிறாள் என்று எப்படி தேடுவது? அவள் காலையில் வந்தால் காய்கறி வாங்கத்தான் வருவாள். மற்றப் பொருள்களை மாதத்தின் முதல் வாரமோ, ஞாயிற்றுக்கிழமைகளிலோ வாங்குவாள். உடன் அவனும் பையனை அழைத்துக்கொண்டு வருவதுண்டு.

காய்கறி வைத்திருந்தப் பகுதியைத் தேடி அவன் போனான். அது கீழ்த் தளத்தில்தான் இருந்தது. அங்கும் ஆட்கள் அதிக அளவிலேயே காணப்பட்டார்கள். ஆனால் தேடுவதற்கு அவ்வளவு சிக்கலை ஏற்படுத்தாத விதத்திலேயே அது அமைக்கப்பட்டிருந்தது. அவள் அங்கு இல்லை. கீழ்த்தளத்தில் எங்கும் இல்லை என்பதும் உறுதியானது. இங்கு வேறு பகுதிகள் எதுவும் இல்லை. மேல்தளங்களில் ஏதாவது ஒன்றில்தான் அவள் இருக்க வேண்டும். அங்கு போவதற்கான படி இடது புறம் தொடங்குகிறது. அவன் அதில் ஏறினான்.

இந்நேரம் அவன் அலுவலகத்தில் இருந்திருக்க வேண்டும். அவனுக்காக பல வேலைகள் அங்கே காத்திருக்கின்றன. அற்ப விஷயங்களுக்கெல்லாம் விடுப்பு எடுத்துவிட முடியாது. சில வேலைகள் தள்ளிப்போகும். அது அலுவலகத்துக்கோ அவனுக்கோ நன்மை பயக்காது. ஆனால் இன்று அவன் மனநிலையை திசைத் திருப்பி இங்கு கொண்டுவந்து அவள் சேர்த்திருக்கிறாள் அல்லது அந்த வார்த்தை. என்ன வார்த்தை அது? அவனுக்கு ஆத்திரமாக வந்தது.

முதல் தளம் பிளாஸ்டிக் பொருள்கள் மற்றும் பாத்திரங்கள் பகுதி. கீழ்த்தளத்தைவிட இங்கே ஆட்கள் குறைவாகவே காணப்பட்டார்கள். சிறிது நேரத்திலேயே அவள் அங்கே இல்லை என்பதை அவனால் உறுதிப்படுத்திக்கொள்ள முடிந்தது. அதற்கு மேல் இன்னொரு தளம் இருக்கிறது. ஆனால் அங்கே என்ன இருக்கிறது என அவனுக்குத் தெரியவில்லை.

திரும்பவும் இடதுபக்கமாகச் சென்று படியை அடைந்தான். அதில் கால் வைத்த போது மேலிருந்து கீழ் நோக்கி கையில் கூடையுடன், நன்கு அறிமுகமான ஒருத்தி வந்தாள். பக்கத்து வீட்டுக்காரி. அவனைப் பார்த்ததும் அவள் புன்னகைத்தாள். இவளுடன்தான் அவன் மனைவி வந்திருக்க வேண்டும். இருவரும் சினேகிதிகள். ஏனோ அவளை அவனுக்குப் பிடிப்பதில்லை. அவளிடம் ஏதோ கள்ளத்தனம், விஷமம் கலந்திருப்பதாக அவனுக்குத் தோன்றும். இவளுடன் எதற்குப் போய் அவன் மனைவி பழகுகிறாள் என்ற கேள்வி எழும். அவனைக் குறித்து அந்த மதுவிடுதி சம்பவத்தைச் சொன்னவள் இவளாகவே இருக்க வேண்டும் என்பது அவன் யூகம். வேறுயாரும் சொல்வதற்கு வாய்ப்பில்லை. அவள் பார்த்திருக்க

வேண்டும் அல்லது அவளுடைய கணவன் பார்த்துவிட்டு வந்து அவளிடம் சொல்லியிருக்க வேண்டும்.

வெட்கப் புன்னகையுடன் அவள் படியிறங்கி வருகிறாள். அவளுடன் அவன் அதிகம் பேசியதில்லை என்பதால் அவன் மனைவிகுறித்து கேட்பதா வேண்டாமா என யோசித்தான். இவளுடன்தான் அவள் வந்தாள் என்றால் அவள் எங்கே போனாள்?

அவன் கேட்காமலேயே அவள் சொன்னாள், "வினோத் அம்மா மேலதான் இருக்காங்க."

அவள் அவனை கடந்துபோய்விட்டாள். மனம் சற்று நிம்மதி கண்டது. அவள் இங்குதான் இருக்கிறாள். அந்த வார்த்தை அவனை ஒன்றும் செய்துவிடவில்லை. அவன் மேலே ஏறினான். ஏதோ ஒரு பொருளை வாங்குவதற்காக அவள் இவ்வளவு மேலே வந்திருக்கிறாள். இருவரும்தானே ஒன்றாக வந்திருக்கிறார்கள், ஏன் பக்கத்து வீட்டுக்காரி மட்டும் தனியாக கீழே இறங்கிப்போகிறாள்?

மேலே அவளைப் பார்த்ததும் ஒரு அசட்டு சிரிப்பை உதிர்த்தால் போதும். எதுவும் பேச வேண்டியதில்லை. பதறிப் போய் அலுவலகம்கூட போகாமல் அவளைத் தேடி அவன் வந்திருக்கிறான் என்பதே அவளுக்குத் திருப்தியைத் தந்துவிடலாம். அந்த வார்த்தை குறித்துகூட எந்த சமாதானமும் தேவை இருக்காது. அவனும் கேட்காமல் அவளும் சொல்லாமல் நாட்களில் கரைந்து போய்விடலாம். ஆனால் இன்னொரு சந்தர்ப்பத்தில் அவனை வீழ்த்த வேண்டிய நிலையில் அது அவளுக்குப் பயன்படும். பெண்கள் எதையும் மறப்பதில்லை. வார்த்தைகளின் வீரியம் தெரிந்தவர்கள் அவர்கள்; அவற்றுடனேயே வாழ்பவர்கள்; அதை ஆயுதமாகப் பயன்படுத்தத் தெரிந்தவர்கள்.

அவன் இரண்டாவது தளத்திற்குப் போனான். அதுதான் கடைசி தளமா எனவும் அவனுக்குத் தெரியவில்லை. அந்த கட்டடத்தில் உணவகம், திரையரங்கம், ஜவுளிக்கடை என பலப் பகுதிகள் இருந்தன. எது எங்கே இருக்கிறது என அவனுக்குத் தெரியவில்லை.

இரண்டாவது தளத்தில் பீரோ கட்டில் என மரத்திலும், இரும்பிலும் செய்யப்பட்ட ஏராளமான வீட்டு உபயோகப் பொருள்கள் அடுக்கி வைக்கப்பட்டிருந்தன. இங்கு எதற்கு வந்தாள் என அவனுக்குப் புரியவில்லை. அங்கே எளிதாக ஊடுருவிப் பார்க்க முடியாத அளவுக்கு பொருள்கள் இருந்தன. ஏதோ புதிருக்குள் அகப்பட்டவன்போல அதன் மத்தியில் தேடிக்கொண்டு நகர்ந்தான். எவ்வளவு பொருள்கள், அவனுக்கு வியப்பாக இருந்தது. ஒரு பெரு நகரத்தின் மாதிரி வடிவம் போலவும் அதில் வழி தவறிவிட்டவன் போலவும் அது அவனை திணறிப்போகச் செய்தது.

யாரையாவது கேட்கலாம் என்றாலும் அங்கு யாரும் இல்லை. காலை வேளையில் இப்பகுதிக்கு பணியாளர்கள் யாரும் வருவதில்லையா? யோசனையுடன் அவன் நடந்தான். தொலைவில் ஒரு பெரிய கதவும் அங்கே கொஞ்சம் ஆட்களும் தென்பட்டார்கள். அது வேறு பகுதி போலத் தோன்றியது. அதை நெருங்க நெருங்க ஆட்களின் சப்தம் அதிகரிக்கத் தொடங்கியது. கதவை அடைந்த போதுதான் அது கை கழுவும் இடம் என்பது தெரிந்தது. வரிசையாக குழாய்களும் கழிப்பறைகளும் இருந்தன. அந்த ஆண்களும் பெண்களும் உடை உடுத்தியிருக்கும் விதம் பக்கத்தில் திருமண மண்டபம் இருப்பதை உணர்த்தியது. அவள் திருமணத்துக்கா வந்திருக்கிறாள்? யாருடைய திருமணம்? இது குறித்து அவளோ, வீட்டிலோ யாரும் சொல்லவில்லையே.

அவன் அந்த இடத்தைக் கடந்து மண்டபத்துக்குள் நுழைந்தான். அது உணவு பரிமாறும் பகுதி. அங்கே ஏராளமான ஆட்கள் உட்கார்ந்து உணவருந்திக் கொண்டிருந்தனர். சீருடை அணிந்த பணியாளர்கள் அவர்களுக்கு பரிமாறிக்கொண்டிருந்தனர். அழைக்காத ஒரு திருமணத்துக்கு, எந்த முன் தயாரிப்பும் இல்லாமல் வந்திருக்கிறான். இது அவனை அதிகமே சங்கடப்படுத்தியது. ஏதோ பின்வாசல் வழியாக ஒரு வீட்டுக்குள் நுழைந்துவிட்டது போல இருந்தது. அவன் மனைவி வந்திருந்தால் மண்டபத்தின் பிரதான வாசல் வழியாகத்தான் வந்திருக்க வேண்டும். பிறகு அந்த பக்கத்துவீட்டுக்காரி எப்படி அந்த வழியாக இறங்கிப் போனாள்?

அப்பகுதியைக் கடந்து படியேறி திருமணம் நடைபெறும் இடத்தை நோக்கி நடந்தான், அவள் அங்குதான் இருக்க வேண்டும். ஆண்கள் தூய வேட்டி சட்டை அணிந்திருக்க, பெண்கள் பகட்டான உடையலங்காரத்துடன் போவதும் வருவதுமாக இருந்தார்கள். அவர்கள் அணிந்திருந்த நகைகளின் பளிச்சிடல் அந்த மண்டபத்தை ஆக்கிரமித்துக்கொண்டிருந்தது. அவர்களில் சிலரை அவன் பார்த்திருக்கிறான். அவன் ஊர் பெண்கள்தான் அவர்கள்.

அது ஒரு சின்ன மண்டபம்தான். ஆனால் அதில் ஆட்கள் நிறைந்து காணப்பட்டார்கள். பாதி பேருக்குமேல் நின்றபடி பேசிக் கொண்டிருந்தார்கள். சந்தேகமே இல்லை, அது அவனுடைய உறவினர் வீட்டுத் திருமணம்தான். அவனுடைய சொந்தங்களும் அவன் மனைவியின் சொந்தங்களும் அங்கே காணப்பட்டார்கள். அவர்களுக்குள் தேடியதில் அவள் தென்பட்டுவிட்டாள். தொலைவில் பெண்களுக்கு மத்தியில் அவள் தெரிந்தாள். மிக சாதாரண உடையிலேயே அவள் இருந்தாள். திருமணத்துக்கு வந்ததுபோலத் தெரியவில்லை. அதனாலேயே அவள் தனித்துத் தெரிந்தாள். அவளுடைய முகம் மட்டும் வாடியநிலையிலேயே, அந்தத் துயரத்தையும், கோபத்தையும் சுமந்தபடி இருந்தது. அவளை இந்த நிலையில் பார்க்கும் அவர்கள் என்ன

நினைப்பார்கள்? ஏன் அவள் இங்கு வந்தாள்? அவனை பழிவாங்க அவளுக்கு இதைவிட வேறு வழியில்லையா என்ன?

அவளை நோக்கி அவன் போனான். யாரிடமோ பேசிக் கொண்டிருந்தவள் திரும்பி அவனைப் பார்க்கிறாள். அவளிடம் எந்த வியப்புமில்லை. அவனை அங்கு எதிர்பார்த்தவள் போலவே காணப்பட்டாள். அந்தக் கூட்டத்தில் அவளை தவற விட்டுவிடுவோமோ என்பதுபோல அவளைப் பார்த்துக்கொண்டே அருகே போனான். ஆனால் அவள் அந்த இடத்தைவிட்டு நகர்ந்தாள். அந்தப் பெண்களை விலக்கிக்கொண்டு திருமண மேடை இருக்கும் திசையை நோக்கி நடந்தாள். அவனும் பின் தொடந்தான். படியில் கால்வைத்து மேடைமீது ஏறினாள். அவள் இருக்கும் கோலத்தில் எதற்காக அங்கெல்லாம் போகிறாள்? அவன் வேகமாக அவளைப் பின்தொடர்ந்தான். அவள் அங்கு நின்றிருந்த பெண்களை விலக்கிக்கொண்டு மணமகள் அறையை நோக்கி நடந்தாள். இவளுக்கு என்ன ஆனது? திறந்திருந்த அந்த அறைக்குள் நுழைந்தவள் கதவைச் சாத்திக்கொண்டாள். அவன் கதவைத் தள்ளினான். அது திறக்கவில்லை. மெல்ல தட்டினான். “சித்ரா” மெல்ல அவன் கூப்பிட்டான். கதவுத் திறக்கவில்லை. செய்வதறியாது நின்றான். இங்கு நடப்பதைப் பார்த்தால் மற்றவர்கள் என்ன நினைப்பார்கள்? கதவுக்கு மிக அருகில் முகத்தை வைத்துச் சொன்னான், “சித்ரா கதவத் தெற, இது நம்ம வீடு இல்ல. சொந்தகாரங்கெல்லாம் இருக்காங்க, அவுங்க என்ன நினைப்பாங்க, தயவுசெஞ்சி கதவத் திற” அவள் திறக்கவில்லை. கதவை முழு விசையுடனும் ஆத்திரத்துடனும் அவன் தள்ளினான். கதவு திறந்து கொண்டது.

அது அவர்களின் படுக்கையறைப் போலவே தெரிந்தது. அதே கட்டில். கணினி மேஜையில் அவன் காலையில் குடிக்காமல் விட்டிருந்த காபி டம்ளர். சுவரில் சாய்ந்து நின்று அவள் அழுது கொண்டிருந்தாள். மேலே மின் விசிறியிலிருந்து ஒரு புடவை முடிச்சிட்டுத் தொங்கிக் கொண்டிருந்தது, அந்த விபரீத வார்த்தை அதுதானோ என்பதுபோல.

கரடிகளின் பாடல்

நேற்றைய இரவு என் கனவில் கரடி ஒன்று செத்துப் போய் கிடந்தது. வழக்கமாக என் கனவுகளில் கரடிகள் வருவதில்லை என்பதால் இது அபூர்வம்தான். தினசரி வாழ்க்கையில் கரடிகளின் அச்சுறுத்தல் அதிகரித்துவிட்ட நிலையில் இந்தக் கனவு பற்றிக் கொஞ்சம் சிந்தனையை உலவவிட்டேன்.

ஏனோ முதலில் ஞாபகம் வந்தது, தாஸ்தாவஸ்கியின் கரமசோவ் சகோதர்கள் நாவலில் இடம்பெறும் துறவியின் மரணம்தான். புனிதர் என்று கருதப்பட்டு வந்த அவரது சடலம் துர்நாற்றம் வீசத் தொடங்கிவிடுகிறது. ஆனால் கரடியின் பிணம் அப்படி நாறியதாத் தெரியவில்லை. கனவில் வாசனை எதுவும் வந்ததாக நினைவில்லை.

அயனஸ்கோவின் காண்டாமிருகம் போன்றதா இந்தக் கரடிகள்? என்ற கேள்வியும் எழுந்தது. ஆனால் அதில் போல திடீரென்று இந்த உருமாற்றம் நிகழத் தொடங்கவில்லை. கிறிஸ்துவுக்கு முன்பே, ஏன் கல்லும் மண்ணும் பிறப்பதற்கு முன்பே இது தொடங்கிவிட்டதாகச் சொல்லப்படுகிறது. வாய் மொழிமரபின் தொடர்ச்சியாக இன்றும் பலர் அந்துப் பழையக் கரடிகளின் பாடல்களைப் பாடிக் கொண்டிருப்பதை பல மேடைகளிலும் நீங்கள் கேட்கலாம்.

எனக்குப் பதினைந்து வயதாக இருக்கும்போது நண்பன் ஒருவன் திடீரென கரடியாக மாறிப்போனான். ஒரு நாள் அவன் வீட்டுக்குப் போனபோது அவன் என்னை அழைத்துக்கொண்டு ஒரு மரத்தடிக்குப் போய், தான் கரடியாக மாறிவிட்டதாகச் சொன்னான். ஒரு பாடலையும் பாடிக் காண்பித்தான். கரடிகளின் முதல்

அச்சுறுத்தலை என் உயிரில் உணர்ந்தது அன்றுதான். பிறகு கல்லூரிக் காலத்தில் பலரும் கரடியாக மாறிப் பாடல்கள் பாடுவதைக் கேட்க முடிந்தது. அதெல்லாம் காதல் பாடல்கள். இளம் பெண்களை சினைக்கு அழைக்கும் பாடல்கள். அதனால் நானும் கரடியாக மாறி இப்படியானப் பாடல்களை ரகசியமாகப் பாடியதுண்டு.

கரடிகளைவிட அவற்றின் பாடல்கள்தான் பெரிய அச்சுறுத்தல். எப்போது ஒருவன் கரடியாக மாறுகிறான், எப்போது அவன் பாடத் தொடங்குவான் என்பதே தெரிவதில்லை. மதுவிடுதிக்கு, நம்மை அழைத்துச் செல்லும் நண்பன் ஒருவன் திடீரென கரடியாக மாறி தன் பாடலைக் கேட்கும்படி வேண்டுவான். நம்மைத் தேடி வரும் நண்பர்கள் சிலர் கரடியாக மாறி தன் பாடல்களைக் கேட்க சொல்வார்கள். அலுவலகத்தில் சில அதிகாரிகள் தனியாக அழைத்துப் பாடத் தொடங்கிவிடுவார்கள். அவர்கள் கரடி என்பது ஏற்கெனவே தெரிந்திருந்தாலும் அவர்கள் பாடுவார்கள் என்பது தெரியாதே.

பெண்ணாக மாறிக்கொண்டிருக்கும் ஒருவன் போலவோ, ஆணாக மாறிக்கொண்டிருக்கும் ஒருத்தி போலவோ அவர்கள் கரடியாக மாறிக்கொண்டிருக்கிறார்கள். இதனால் அவர்கள் கூச்சப்படுகிறார்கள். தங்கள் மாற்றத்தை அங்கீகாரிக்கும் மனிதர்களைத் தேடி அலைகிறார்கள். அங்கீகாரம் கிடைத்துவிட்டால் கூச்சம் கலைந்துவிடுகிறது. உடனே உரக்கப் பாடத் தொடங்கிவிடுகிறார்கள்.

அவர்கள் சொல்லுவார்கள், 'கரடியின் பாடல் இனிமையானது, கரடியின் பாடல் மனிதத்துக்கு இன்றியமையாதது, காட்டை வளமாக்கும், வானத்தை கிழிக்கும், கடலை நிரப்பும், பாறையைப் புரட்டும், பாம்பைப் பிடிக்கும்...'

கரடி ஒரு ஆபத்தான மிருகம், அது ஒரு புதிர், ஒரு அச்சுறுத்தல், தினசரி வாழ்க்கைக்கு பொறுத்த மற்றது. காடுதான் அதற்கு வாழ்நிலம். இருந்தும் ஏன் இந்த உருமாற்றம்? ஏன் அதன்மீது இந்தக் கவர்ச்சி?

கிழட்டுக் கரடி ஒன்று ராஜாவான கதை உண்டு. ஒரு விஞ்ஞானி திடீரென்று கரடியாக மாறி பாடல் பாடியதும், அது அணுகுண்டைவிட அச்சுறுத்தலாக இருந்ததும் நமக்குத் தெரியும்.

சில கரடிகள் தங்களை சிங்கங்களாக எண்ணிக்கொண்டு பதுங்கி வாழ்வதும், பாய்ந்து வேட்டை ஆடுவதும் உண்டு. சில கரடிகள் தங்களை புறாக்கள் என சொல்லி வானில் வட்டமிட முயன்று விழுந்து எலும்புகளை நொறுக்கிக்கொண்டதும், குயில்களாக கற்பனை செய்துகொண்டு இனிமையான(!) குரலில் பாட முயன்றதும் உண்டு.

நிறைய கரடிகள் 'இதோ ஒரு புதிய பாடல்' எனச் சொல்லும். ஆனால் கிளிகளைப் போல பாடியதையேத் திரும்பத் திரும்பப்

பாடிக்கொண்டிருக்கும். மற்றக் கரடிகள் பாடியப் பாடலை தன் பாடல் எனப் பாடும் கரடிகளும் உண்டு. மற்றக் கரடிகளின புகழ்பெற்றப் பாடல்கள் சிலவற்றை மனனம் செய்துகொண்டு வாழ்நாளெல்லாம் அந்தப் பாடல்களை மட்டுமேப் பாடி கைத்தட்டல்களையும் புகழையும் அடைந்த கரடிகளும் உண்டு.

போர் விமானங்கள் குண்டுகளைப் பொழிவதைப் போல சில கரடிகள் தினமும் ஐந்தாறு பாடல்களைக்கூடப் பாடும். இதுதான் பெரிய அச்சுறுத்தல். அதைச் சொன்னால் பொறாமை என வசைபாடும்.

சில கரடிகள் குறைபட்டுக்கொள்ளும், 'அந்த மெக்ஸிகோ கரடியைப் பார், அந்த சிலி கரடியைப் பார், அமெரிக்கக் கரடியைப் பார், ஆப்பிரிக்கக் கரடியைப் பார் அவற்றின் பாடல்கள் எவ்வளவு வளமாகவும், நவீனமாகவும் இருக்கின்றன.' கரடிகளில் சில அதே குரலில் பாடிக்காட்டவும் செய்யும்.

சக கரடிகளின், சக நண்பர்களின் காதுகள்தான் அவற்றின் தினசரி உணவென்றால் கைத்தட்டல்களும், விருதுகளும் கரடிகளுக்கு சிறப்பு உணவு. இதற்காக அவை குரங்குகளாக மாறி பல்டிகளை அடிக்கும், தோப்புக்கரணம் கூடப் போடும்.

காமம் சிலவற்றின் ரகசிய உணவு. பெண் கரடிகளை கண்டால் சேவல்களாக மாறிவிடும். கொக்... கொக்... கொக்...

பெண் கரடிகளின் பாடல்கள், அவை அபூர்வம் என்பதாலேயே எப்போதும் பிரத்தேயகமானவை. விசேஷமானவை, சலுகைக் குரியவை. குட்டிக்கரணமெல்லாம் இல்லாமலேயே கிடைத்துவிடும் மேடைகளும் கைத்தட்டல்களும், விருதுகளும். சில பெண் கரடிகள் மேடையை மட்டுமே அலங்கரிப்பவை. அவற்றின் கண்கள்தான் பாடல்கள். சில கரடிகள் விரசக் குரலில் பாடவும் செய்யும்.

நாயைப் போல குழையவும், குறைக்கவும் செய்யும் கரடிகளும் உண்டு. அந்த கரடிகளின் வால்கள் எப்போதும் ஆடிக்கொண்டே இருக்கும். நரியைப் போல அவை ஊளையிடவும் செய்யும். அதன் பாடல்கள் விலைமதிப்பற்றவை என அவை சொல்லும். மற்றக் கரடிகளைச் சொல்லச் செய்யும். கண்டதைத் தின்று பன்றிகளாகத் திரியும் கரடிகளும் உண்டு. அவற்றின் பாடல் உர்... உர்... உர்...

பல கரடிகளுக்கு பிலிம் ரோல்கள்தான் ஒரே கனவு, உணவு. சுருள் சுருளாகத் தின்று சுருள் சுருள்களாக வெட்டையிட்டுத் திரியும் கரடிகள் அவை.

தண்ணீருக்கு பதில் மதுவையேப் பிரியமாக குடிக்கும் பல கரடிகளை எனக்குத் தெரியும். அவை வழக்கமாக ஒதுங்கும் இடம்

மதுக்கூடங்கள்தான். ஒவ்வொரு மதுக்கூடத்திலும் ஏதோ ஒரு மேஜையில் அவை தனியாகவோ கூட்டமாகவோ அமர்ந்திருக்கும். பாட்டில்களை காலி செய்தபடி பாடல்களைப் பாடும், முத்தமிட்டுக்கொள்ளும். போதை ஏற ஏற ஒன்றின் குரல்வளையை ஒன்று கடித்துக் குதறும். பின்னர் ஏதோ ஒரு கரடியின் குகையில் அந்த குடியும் சண்டையும் தொடரும். காடே கதறும்படி அவை அழும். அவற்றின் கண்ணீர் ஓடையாகப் பெருகி பாறைகளில் வழிந்தோடும். பிறகு உண்மைக் கரடி எது? போலிக் கரடி எது? என்ற வாதத்தின் இறுதியில் ரத்தம் வழிந்தோடும்.

கரடிகள் காலத்தில் எப்போதும் பின்தங்குவதில்லை. காட்டைவிட்டு, நாட்டைவிட்டு இப்போது அவை வலைதளங்களிலும் குடியேறிவிட்டன. கணினிகளையோ செல்பேசிகளையோ திறந்தாலேயே அவற்றின் பாடல்கள் ஒலிக்கத் தொடங்கிவிடுகின்றன. உலகத்தின் பல மூலைகளில் வாழும் கரடிகளின் பாடல்களையும் நீங்கள் கேட்டாக வேண்டும். உங்களைப் பார்த்து அவை கேட்கும், ‘என் பாடலை விரும்புகிறீர்களா? சொல்லுங்கள் என் பாடலை விரும்புகிறீர்களா?’

சில கிழட்டுக் கரடிகள் புலம்பும், ‘கரடிகளின் பாடல் மிகப் புனித மானவை, உன்னதமானவை, ஆத்மார்த்தமானவை. அதையெல்லாம் சீரழிக்கும் விதமாக இந்த இளம் கரடிகளின் பாடல்கள் ஏன் இப்படி இருக்கின்றன? என்ன இழவு இதெல்லாம்?’

கரடி முடித் தாயத்தைப் போல அவற்றின் பாடலும் பலரின் ஆரோக்கியத்துக்கும், நல்வாழ்வுக்கும், ஏன் சமூகத்துக்கே நல்லது என்கிறார்கள் சிலர். அது கலகம், புரட்சி என்கிறார்கள் சிலர். இயலாதவர்களின் கண்ணீர் என்கிறார்கள் ஒரு சிலர்.

சர்க்கஸ் முதலாளிகளைப் போல இந்தக் கரடிகளை வைத்து வேடிக்கைக் காண்பிப்பவர்களும் உண்டு. அவர்கள் சொல்வார்கள், ‘இதோ ஒரு கரடி, அற்புதக் கரடி, அபூர்வக் கரடி. ஒரு கரடியாக மாறுவதும், வாழ்வதும் அவ்வளவு எளிதா என்ன? மாறினாலும் இதுபோல் பாடமுடியுமா? கேளுங்கள் இந்தப் பாடல்களை...’

இவையெல்லாம் பரிதாபமானக் கரடிகள்.

ஏன் இந்த பாரபட்சம், நீயும் ஒரு கரடிதான் என்கிறார்கள் நண்பர்கள். நீ பாடவில்லையா, அச்சுறுத்தவில்லையா என்கிறார்கள்.

நீங்கள் சொல்லுங்கள், கனவில் நிகழ்ந்த கரடியின் சாவு, நற்சகுணமா துர்சகுணமா?

அற்புதங்கள்

கௌரவன் தனது வீட்டுக்கு 'குடாப்பு' என்று பெயர் வைத்திருந்தார். குடாப்பு என்றால் ஆடுமேய்ப்பவர்கள் படுத்துக்கொள்ளும் ஆமை ஓட்டைப் போன்றது என கே.ஜி.மணிதான் சொன்னார். கௌரவனை ஒரு கூட்டத்தில் அறிமுகப்படுத்தியவரும் அவர்தான்.

அந்த வீட்டின் விசாலமான வரவேற்பறையின் கண்ணாடி அலமாரி முழுவதும் விருதுகளால் நிறைந்திருந்தது. சுவர்களில் நான்கைந்து நவீன ஓவியங்கள். வழக்கம் போல அவை எனக்கு எந்தப் புரிதலையும் தரவில்லை. ஆனால் நன்றாகத்தான் இருப்பது போலப்பட்டது. பிரம்பு நாற்காலிகள், பிரம்பால் ஆன டீப்பாய், சுடுமண் சிற்பங்கள், நிழல் செடிகள் என அந்த வரவேற்பறையே ஏதோ சினிமா செட்டுப் போலத் தோன்றியது.

சிறிது நேரத்தில் கௌரவன் உள்ளிருந்து வந்தார். யோசனையுடன் என்னைப் பார்த்தார். அவருக்கு என்னைத் தெரியவில்லை. நான் அறிமுகப்படுத்திக் கொண்டேன்.

"ஆமாம். உங்கப் பேரு கண்ணன் இல்லே. மணி எப்படி இருக்கிறார்?" என்று கேட்டவர் "உட்காருங்க" என்று என்னை அங்கிருந்த பிரம்பு நாற்காலியில் உட்கார வைத்து தானும் ஒரு நாற்காலியில் உட்கார்ந்துகொண்டார்.

"மொத தடவையா இப்பத்தான் வர்றீங்க இல்லே?"

"ஆமாம் சார்."

“மாடியிலதான் கூட்டம். அங்கதான் ஏற்பாடுகளெல்லாம் செஞ்சிகிட்டிருந்தேன். நீங்க எப்ப வந்தீங்க?”

“கொஞ்ச நேரம்தான் ஆச்சி சார்” என்றேன்.

ஏதோ யோசித்தவராகச் சொன்னார், “இந்த மாதிரி கூட்டத்துக்கெல்லாம் மணி வர்றதில்லை. அவர் போக்குத் தனி. ஆனால் அற்புதமான ஒரு மனிதர். நம் மண்ணையும் மக்களையும் அவரைப்போல, எழுத்துல கொண்டு வந்தவங்க வேற யார் இருக்காங்க? ஆனா ஒதுங்கியே நிற்கிறார். அவரையெல்லாம் நாம கொண்டாடனும்.”

அவரது பேச்சு வியப்பாக இருந்தது. மணி இவரைப் பற்றி என்ன அபிப்பிராயம் வைத்திருக்கிறார் என்று இவருக்குத் தெரியுமா? ஒருவேளைத் தெரிந்தே அந்த விமர்சனத்தை ஏற்றுக்கொள்கிறாரா?

மணி சொல்வார், ‘இலக்கியங்கிறது படிக்கிறதும் எழுதறதும்தான். ஆனா கௌரவன்மாதிரி சிலபேர் அதை வச்சிகிட்டு லாபி பண்ணிகிட்டிருக்காங்க. அவுங்களுக்கு பணம், பதவி, புகழ் எல்லாம் வேணும். பிறகு அதவச்சி சினிமாவுக்கு வசனம் எழுதப்போகலாம், நடிக்கப் போகலாம். அதத்தான் கௌரவன் மாதிரியான ஆட்கள் செய்ஞ்சிகிட்டிருக்காங்க. எழுத்தாளனுக்கு தனிமை வேணும். அங்கதான் அவன் எதையாவது செய்ய முடியும். பாராட்டுக்காகவும் கொண்டாட்டத்துக்காகவும் எப்பவும் நாலுபேரை கூடவச்சிருக்கிற ஒரு ஆளால எப்படி எழுத முடியும்?’

ஆனால் எனக்கு கௌரவனைப் பிடித்திருந்தது. எல்லாவற்றையும் கண்டு வியக்கிற மகிழ்கிற அப்பாவித்தனம் அவரிடம் இருந்தது. கீழ்மட்ட சமூகத்தில் பிறந்த ஒரு மனிதர் இவ்வளவு பிரபல்யத்தைப் பெற முடியுமென்றால், செல்வத்தை சேர்க்க முடியுமென்றால் அதை அவர் ஏன் கொண்டாடக் கூடாது? யார் இப்படிப்பட்ட ஒரு வாழ்க்கைக்கு ஆசைப்படவில்லை, தந்திரங்கள் செய்யவில்லை? அவரை குறைகூறும் பலரின் மனதிலும் ஒரு பொறாமை உணர்வு கலந்திருப்பதாகவே எனக்குத் தோன்றியது. உண்மையில் நான் வெறுத்தது தனக்குள் சுருங்கிக்கொள்ளும் மணிபோன்ற மரவட்டைகளைத்தான்.

கௌரவன் கன்னடத்திலிருந்து மொழிபெயர்த்த ஒரு நாவலை வாசித்திருக்கிறேன். மற்றபடி அவருடைய படைப்புகள் எதையும் படித்ததில்லை. ஆரம்பகாலங்களில் அவர் கவிதை, கதை என கொஞ்சம் எழுதிக்கொண்டிருந்ததாகவும் பிறகு உருப்படியாக எதையும் எழுதவில்லை என்றும் மணி சொல்வார்.

இருந்தாலும் எனக்கு கௌரவனுடைய நட்பு தேவையிருந்தது. அதன்மூலம் அவருடையக் கொண்டாட்டத்தில் நானும் பங்குபெற

விரும்பினேன். எனது மற்றொரு விருப்பம் அவர் நடத்தும் 'போஜனம்' பத்திரிகையில் எனது கதை வரவேண்டும் என்பது.

'அந்தப் பத்திரிகையில அவனோடக் குடும்பத்துல இருக்கறவங்க எழுதறதுக்கும், புகழ் பாட்றதுக்குமே இடம் போதல. இதுல உன்னுடைய கதைய எங்கே போடப்போறான்' என மணி நம்பிக்கை இழக்கச் செய்திருந்தார், இருந்தும் இன்று இங்கு நடக்கும் புத்தக வெளியீட்டு விழாவுக்கு வந்திருக்கிறேன். உடன் ஒரு கதையையும் கொண்டு வந்திருக்கிறேன்.

ஆறு மணி கூட்டத்துக்கு ஐந்து மணிக்கே வந்து நின்றேன். 'அப்பா மாடியில் இருக்கிறார் உட்காருங்கள்' என்று அவருடைய மகள்தான் என்னை வரவேற்றார். யார் யாரோ வருவதும் உள்ளே போவதுமாக இருந்தார்கள். நான் சங்கடத்துடன் நின்றிருந்தேன். அந்தப் பகட்டான வரவேற்பறையில் உட்காருவதற்கே தயக்கமாக இருந்தது. அங்கு உட்காரும் தகுதி நமக்கு இல்லையோ என்ற ஒரு தாழ்வுணர்ச்சி. ஆனால் கௌரவன் அதைப் போக்கிவிட்டார்.

கௌரவன் கேட்டார், "என்ன சாப்பிட்றீங்க? அற்புதமான ஒரு பாயாசம் இருக்கு சாப்பிட்றீங்களா?" என்றவர் என் பதிலை எதிர்பார்க்காமல் அப்போது கழுத்தில் கேமராவுடன் வெளியே வந்த ஒரு இளைஞனிடம் "சங்கரு, உள்ள போயி டம்ளர்ல பாயாசம் எடுத்துக்கிட்டு வந்து இவருக்குக் குடு" என்றவர் "இங்க வா எங்க ரெண்டுபேரையும் ஒரு போட்டோ எடுத்துட்டு போ" என்றார்.

எனக்கு அவனை அறிமுகமும் செய்து வைத்தார், "கண்ணன், இந்த சங்கர் இருக்கானில்ல பிரமாதமான புகைப்படக் கலைஞன். இளையராஜா இங்க வந்திருந்தப்ப இவன்தான் போட்டோ எடுத்தான். அது அவருக்கு ரொம்ப பிடிச்சிப் போச்சி. நான் எப்ப அவரப் பாக்கப் போனாலும் இவனப் பத்தி விசாரிப்பார்."

அவன் சிரித்தான். அதே உற்சாகத்துடன் ஓவியங்கள் சுடுமண் சிற்பங்கள் பின்னணியில் இருக்க எங்கள் இருவரையும் அருகருகே நிற்கவைத்து போட்டோக்களை எடுத்தான். பிறகு அவன் உள்ளே போனான்.

அவர் சொன்னார், "என் பொண்ணு வச்ச கேரளா டைப் பாயாசம். பிரமாதமா இருக்கும். அதுகூட மலையாளத்திலிருந்து நாலு புத்தகத்தை தமிழ்ல மொழிபெயர்த்திருக்கு. அதோட வீட்டுக்காரர் சிசில் மலையாளத்தில பெரிய கவிஞர். அற்புதமான கவிதையெல்லாம் எழுதியிருக்கிறார்."

அப்போது ஒரு பெண்மணி கையில் டம்ளருடன் வந்தார். "இது என்னோட மனைவி சுகந்தி" என்று அறிமுகப்படுத்தி வைத்தார்.

நான் வணக்கம் சொன்னேன். அவர் என்னிடம் பாயாசத்தைத் தந்துவிட்டு நட்புப் புன்னகையுடன் நின்றார். அவரை சில கூட்டங்களில் பார்த்திருக்கிறேன், அறிமுகம் இல்லை.

கௌரவன் என்னிடம் சொன்னார், "இவங்க தமிழ்நாட்டுல இருக்கிற முக்கியமான சமையல் கலைஞர்கள்ல ஒருத்தங்க. தாமு, பட் போல டி.வி.யில புரோகிராமெல்லாம் பண்றாங்க. நிறைய சமையல் புத்தகம் எழுதியிருக்காங்க. ஆங்கிலத்தில கூட ரெண்டு புத்தகம் வந்திருக்கு. நம்ம நடிகர் சுரேந்திரனுக்கு இவங்களோட சமையல்னா அவ்வளவு இஷ்டம். சூட்டிங் இல்லேன்னா கிளம்பி வந்துடுவார். இன்னிக்குக்கூட கூட்டத்துக்கு காலையிலேயே கிளம்பி வந்துட்டார்."

அந்த பெண்மணி சிரித்தார். பிறகு அவர் தனது கணவனிடம், "இன்னும் டைரக்டர காணோமே. வந்துடுவாரா?" என்று கேட்டார்.

"போன் பண்ணேன். கிட்ட வந்துட்டேன்னு சொன்னார். இப்ப வந்துடுவார்" என்றார்.

"நீங்க பேசிக்கிட்டிருங்க. இதோ வந்திட்றேன்" என்று சொல்லி அந்த அம்மணி உள்ளே சென்றுவிட்டார்.

கௌரவன் தன் இருக்கையைவிட்டு எழுந்து இடதுபக்க சுவரில் மாட்டியிருந்த ஒரு பெரிய ஓவியத்துக்கு அருகே சென்று நின்றார். அப்போதுதான் அதை புதிதாகப் பார்ப்பதுபோல சிறிதுநேரம் உற்றுப் பார்த்துவிட்டு கேட்டார், "இது யாரோட ஓவியம்னு தெரியுதா உங்களுக்கு?"

நான் எழுந்து நின்றுகொண்டே இல்லை என்பதுபோல தலையாட்டினேன். இன்னும் குடிக்காமல் இருந்த பாயாசம் என் கையில் இருந்தது.

அவர் சொன்னார், "இந்த அற்புதத்தைப் படைச்சவர் வெங்கடேஸ்வர ராவ். ஹைதராபாத் காரர். இது எவ்வளவு இருக்கும்னு நினைக்கிறீங்க?"

என்னால் யூகிக்க முடியவில்லை. எங்கள் வீட்டு பூஜை அறையில் உள்ள வெங்கடாசலபதி படத்தோட விலைகூட எனக்குத் தெரியாது என்பதே உண்மை.

"இரண்டு லட்சம் போகும். ஒரு பைசாக் கூட வாங்காம அன்பளிப்பா கொடுத்திட்டார்."

வியப்பாக இருந்தது. இரண்டு லட்சம் என்றால் அது அற்புதமான ஓவியமாகத்தான் இருக்க வேண்டும்.

"பாயாசத்தை குடிங்க" என்று அனுமதி வழங்கினார்.

நான் உட்கார்ந்துக் குடிக்கத் தொடங்கினோன். பாயாசம் அற்புதமாகவே இருந்தது. ஒவ்வொரு கிருத்திகை அன்றும் என் மனைவி தரும் பாயாசத்தை குடிக்கும் எனக்கு மற்ற எல்லா பாயாசமும் அப்படித் தோன்றுமோ என்னமோ.

காலில் ஏதோ உரசவே திடுக்கிட்டு கீழே பார்த்தேன். பூனை ஒன்று அங்கே நின்றிருந்தது. பாயாசத்தில் பங்கு கேட்பதுபோல என்னைப் பார்த்து மெல்ல 'மியாவ்' என்றது. நான் சங்கடத்துடன் சிரித்தேன். பூனை அவரையும் பார்த்துக் கத்தியது. அது ஏதோ முறையிடல் போல இருந்தது.

அப்போது ஒரு பையன் நாயைப் பிடித்துக்கொண்டு வீட்டுக்குள்ளிருந்து வெளியே வந்தான். அது அவருடைய பையனாகத்தான் இருக்க வேண்டும். அந்த நாய் அடர்த்தியான நிறத்தில் வளர்த்தியாக இருந்தது. முகம் அச்சுருத்தும்படி இருந்தது. அது அதன் போக்கில் போகாமல் என்னை பார்த்ததும் ஏதோ இறையைப் பார்த்துவிட்டதுபோல இழுத்துக்கொண்டு வந்தது. அது பக்கத்தில் வந்து என் கால்களை முகர்ந்து பார்த்துவிட்டு என் முகத்தைப் பார்த்தது. நான் அந்தப் பையனைப் பார்த்தேன்.

"ஒன்னும் செய்யாது அங்கிள். யாராவது புதுசா வந்தா அப்படித்தான்" எனச் சொல்லிச் சிரித்தான். பின்னர் அதை இழுத்துக்கொண்டு வெளியே போனான்.

நான் கொஞ்சம் நிம்மதியுடன் மீதியிருந்த பாயாசத்தை குடித்து முடித்தேன்.

அவர் முகத்தில் பெருமிதம் தெரிந்தது. "இது டாபர் மேன் வகை. போன மாசம் சென்னையில நடந்த நாய்கள் கண்காட்சியில இரண்டாம் பரிசை தட்டிகிட்டு வந்துடுச்சி. டாபர்மேன் பின்ச்சரோட அற்புதமான படைப்பு இது. பனிரெண்டு வகை நாய்களை கலப்பு செய்ஞ்சி இதை உருவாக்கியிருக்கிறார். யாரையும் இது உடனே அட்டாக் பண்ணாது. முதல்ல காலப்போட்டுத் தடுத்து நிறுத்தும். பின்னர்தான் அட்டாக்."

லட்சக்கணக்கான ரூபாய் மதிப்பு கொண்ட ஓவியங்கள் உள்ள ஒரு வீட்டில் இதுபோன்ற நாய் இருப்பது அவசியம்தான் எனத் தோன்றியது.

அப்போது நான்கு பேர் உள்ளே வந்தார்கள். அவர்களை கை குலுக்கி வரவேற்றுமேலே அனுப்பினார். இங்கிருக்கும் விஷயங்களுக்கெல்லாம் ஏற்கெனவே அறிமுகமானவர்கள் போலவே அவர்கள் காணப்பட்டார்கள்.

அவர் என்னுடைய வாசிப்பு, எழுத்து குறித்து ஏதாவது கேட்பார் என்று எதிர்பார்த்துக் காத்திருந்தேன். அதன் தொடர்ச்சியாக கதையைக் கொடுத்துவிடலாம் என்பது என் திட்டம்.

நான் சொன்னேன், “ஜனவரி மாத போஜனம் பத்திரிகையில உங்க கன்னட மொழிபெயர்ப்புக் கதையப் படிச்சேன் சார். பிரமாதமா இருந்தது. என் மனைவி கூட படிச்சிட்டு நல்ல இருக்குன்னு சொன்னாங்க.”

அவர் முகத்தில் மகிழ்ச்சி. அவர் சொன்னார், “கன்னட நடிகர் சந்தீப்கூட போன் பண்ணி பிரமாதமா வந்திருக்குன்னு பாராட்டினார்.”

அவர் தமிழில் படித்தாரா அல்லது கன்னடத்தில் படித்தாரா என்ற சந்தேகம் சட்டென்று தோன்றியது. ஒருவேளை அவருக்கு தமிழ் தெரிந்திருக்கலாம்.

நான் சொன்னேன், “உங்க பேஸ் புக்ல போட்டிருந்தீங்க. படிச்சேன்.”

அவருக்கு இன்னும் மகிழ்ச்சி. அவர் சொன்னார், “போன்லயும் மெயில்லையும் நிறைய பேர் பாராட்றாங்க. அமெரிக்கா, கனடாவிலிருந்தெல்லாம் இருந்து பேசறாங்க. அதையெல்லாம் என் பையன்தான் பேஸ்புக்ல ஏத்றான். அதுக்கு ஏகப்பட்ட லைக்குங்க.”

நான் சொன்னேன், “உங்க நிலத்தில நீங்களே விளைவிச்ச பொன்னி நெல்ல படம் எடுத்து போட்டிருந்தீங்க இல்லே. அதுக்குக் கூட ஏராளமான லைக் விழுந்திருந்தது.”

“ஆமாம் ஆமாம். நானே எதிர்பார்க்கல. அது பொன்னி நெல்லு இல்ல. டீலக்ஸ் பொன்னி. ஆனா பொன்னி நெல்லு மாதிரியே இருக்கும். டேஸ்ட் கூட அப்பிடியே இருக்கும். அந்த நிலம் அப்படி. அற்புதமான நிலம்.”

நாயுடன் வெளியே போன அவருடைய மகன் வெறுங்கையுடன் திரும்பி வந்தான். அவனிடம் சொன்னார், “சந்ரு, மேல போயி மைக் செட்டெல்லாம் கொஞ்சம் செக் பண்ணி வச்சிடு.”

அவன் உள்ளே போய்விட்டான்.

அவர் சொன்னார், “சந்ரு இப்ப இங்கிலீஸ்ல ஒரு நாவல் எழுதிக்கிட்டிருக்கான். அனேகமா பெங்குயின் இந்தியா போடும்ன்னு நினைக்கிறேன். இல்லேன்னா நானே போட்டுடலாம்ன்னு இருக்கேன். படிப்பிலேயும் நம்பர் ஒன்தான்.”

அப்போது அந்த பூனை அவரின் மடியில் ஏறி அவருடைய முகத்தைப் பார்த்து மீண்டும் கத்தியது. அவர் ‘என்ன?’ எனக் கேட்டுச் சிரித்தார்.

அப்போது இரண்டு பேருடன் பிரபல இயக்குநர் வேலுச்சாமி வந்து சேர்ந்தார். பல வெற்றிப் படங்களின் சொந்தக்காரர் அவர். பூனையைக் கீழே இறக்கிவிட்டுவிட்டு ஓடிச் சென்று அவரை அணைத்துக்கொண்டார் கௌரவன். அக்காட்சியை உடன் வந்தவர்கள் புகைப்படம் எடுத்துக்கொண்டனர்.

"நீங்க சூட்டிங்ல பிஸியா இருக்கிறதால எங்கே வராமப் போயிடுவீங்களோன்னு பயந்துகிட்டே இருந்தேன்" என்றார் கௌரவன்.

"டைட் செட்டியூல்தான். அதுக்காக இதை மிஸ் பண்ண முடியுமா? மேடத்தோட சமையல்தான் என்னை இழுத்து வந்துருக்கு" எனச் சொல்லிவிட்டு அவர் சிரிக்க எல்லோரும் சிரித்தார்கள்.

"உங்களுக்காகத்தான் காத்திருக்கோம். முகம் கழுவிக்கிட்டு நீங்க ரெடியானதும் மீட்டிங்க ஆரம்பிச்சிடலாம்."

அவர்களை அழைத்துக்கொண்டு கௌரவன் உள்ளே போனார்.

கௌரவன் இவ்வளவு நேரம் அந்த வரவேற்பறையில் அவனுடன் கழித்தது, அந்த இயக்குனரை வரவேற்பதற்கானக் காத்திருத்தல் என்பது சட்டென்று புரிந்தது. நானும் அவர்களுக்குப் பின்னால் உள்ளே போனேன். அந்தக் கூட்ட அரங்கு முதல் தளத்தில் இருந்தது. அங்கே நாற்பது ஐம்பது பேருக்கு மேல் இருந்தார்கள். போட்டோ செஷன் நடந்து கொண்டிருந்தது. நடிகர் சுரேந்திரனுடனும் (சினிமாவில் பார்ப்பது போலவே அழகாக இருந்தார்), இயக்குநர் வேலுச்சாமியுடனும், கௌரவன் குடும்பத்தாருடனும் பலரும் நின்று புகைப்படம் எடுத்துக்கொண்டிருந்தனர். தங்கள் செல்போனில் சிலர் செல்பி எடுத்துக்கொண்டனர். அதெல்லாம் இன்னும் சில நிமிஷங்களில் முகநூலிலும் வாட்ஸ்அப்பிலும் காணக்கிடைக்கும் காட்சி கண்முன் மேலும் கீழும் நகர்ந்தது.

கௌரவன் என்னை அழைத்து அந்த இரு பிரபலங்களுடன் ஒரு புகைப்படமும் தன் குடும்பத்துடன் ஒரு புகைப்படமும் எடுத்துக்கொண்டார். எனக்கு அவர் அளித்த முக்கியத்துவம் மகிழ்ச்சியளித்தது. அங்கு நிலவிய கொண்டாட்ட சூழல் எனக்கு ஏனோ ஒரு திருமண வரவேற்பு நிகழ்ச்சியை ஞாபகப்படுத்தியது.

அந்த நகரத்தின் தொழிலதிபர்களில் ஒருவரான செல்வமணி வந்ததும் கூட்டம் தொடங்கியது. மேடையில் அந்த தொழிலதிபர், இயக்குநர் வேலுச்சாமி, நடிகர் சுரேந்திரன், பத்திரிகையாளர் தேவேந்திரன் (இவர் அதுவரை எங்கிருந்தார் என்று தெரியவில்லை), கௌரவனின் மனைவி சுகந்தி கௌரவன், மகள் கலாதேவி, மருமகன் சிசில் எல்லாம் மேடையில் அமர்ந்திருந்தார்கள். கௌரவன்தான் தொகுத்து வழங்கினார்.

கூட்டத்தில் சுகந்தி கௌரவனின் இரண்டு சமையல் புத்தகங்கள், கௌரவன் மொழிபெயர்த்திருந்த ஒரு கன்னட சிறுகதைத் தொகுப்பு, அவருடைய மகள் கலாதேவி மொழிபெயர்த்திருந்த அவளுடைய கணவனின் இரண்டு கவிதைப் புத்தகங்கள், ஒரு அறிமுகக் கவிஞரின் கவிதைத் தொகுப்பு, சமீபத்தில் வெளிவந்து 'காக்கா' திரைப்படத்தின் திரைக்கதை என ஏழு புத்தகங்கள் வெளியிடப்பட்டன. சிறப்பு விருந்தினர்கள் புத்தகங்களை வெளியிட்டுத் தங்கள் பாராட்டுரையை வழங்கினர்.

நடிகர் சுரேந்திரன், சுகந்தி கௌரவனின் சமையலை புகழ்ந்து பேசினர். குறிப்பாக அவர் செய்யும் பிரியாணியை வெகு நேரம் பாராட்டினார். பல ஓட்டல் பிரியாணிகளை ஒப்பிட்டுப் பேசினார், தமிழ்நாட்டிலேயே இப்படிப்பட்ட சுவையுடன் ஒரு பிரியாணியை எங்கும் சாப்பிட்டதில்லை என்றார். இயக்குநர் வேலுச்சாமி பேசும் போது சுகந்தி கௌரவனின் மட்டன் குழம்பு இட்லி காம்பினேஷனைப் பாராட்டினார். அதை கேட்கக் கேட்க எனக்கு பசி அதிகரித்துக்கொண்டே சென்றது. எல்லோருக்கும் அப்படித்தான் இருந்திருக்கும் என்று தோன்றியது.

மேலும் இயக்குநர் தமிழகத்துக்கு ஒரு முக்கியத் தகவலையும் சொன்னார், அவருடைய அடுத்த படத்துக்கு வசனத்தைக் கௌரவன்தான் எழுதுகிறாராம். என் செவிப்பறையே அதிர்வது போல அப்போது ஒரு கைத்தட்டல் எழுந்தது. இது எனக்கே இப்போதுதான் தெரியும் என கௌரவன் சொன்னபோதும் மீண்டும் கைத்தட்டல் எழுந்தது.

இறுதியாக கௌரவன் பேசும்போது 'தமிழ் மிகப் பழமைவாய்ந்த மொழிதான். வளமான ஒரு இலக்கியப் பாரம்பர்யம் நமக்கு இருக்கிறது. ஆனால் கன்னட இலக்கியம் தமிழ் இலக்கியத்தைத் தாண்டிச் சென்றுவிட்டது. அவர்கள் நாவல்களிலும் கவிதையிலும் உச்சத்தைத் தொட்டுவிட்டார்கள். சிறுகதைகளைக் கூட உலகத் தரத்தில் எழுதுகிறார்கள். இப்போது என்னுடைய மொழிபெயர்ப்பில் வந்துள்ள இத்தொகுப்பை வாசித்தால் நீங்களே அதை உணர்வீர்கள். மலையாள இலக்கியம் அதற்கு கொஞ்சமும் சளைத்ததல்ல.

என்னோட மருமகன் என்பதற்காகச் சொல்லவில்லை. என்னுடைய மகளின் மொழிபெயர்ப்பில் வந்துள்ள சிசில் எழுதிய கவிதைகளைப் படித்தபோது நாம் எவ்வளவு பின்தங்கியிருக்கிறோம் என்பது தெரிந்தது" என்றார். அவர் மகன் சந்ரு எழுதிக் கொண்டிருக்கும் ஆங்கில நாவல் முடியும் நிலையில் உள்ளதாகவும் அது இன்னும் ஆறு மாதத்தில் வெளிவந்துவிடும் என்ற தகவலையும் சொன்னார். அப்போது கைத்தட்டல் மிக பலமாக எழுந்தது.

கூட்டம் முடியும் தறுவாயில் கௌரவன் ஒரு அறிவிப்பை செய்தார். அதில் ‘வெளியூர் நண்பர்கள் எல்லோருக்கும் இங்கே உணவு தயாராக உள்ளது. அவசியம் சாப்பிட்டுவிட்டுத்தான் செல்ல வேண்டும்’ என்றார்.

கணத்த மனதுடன் நான் கீழே இறங்கி வந்தேன். என்னுடன் இறங்கிவந்த பலரது முகத்திலும் அதே போன்ற உணர்வு ஒட்டிக்கொண்டிருந்ததாகத் தோன்றியது. அந்த அற்புதச் சாப்பாட்டை சாப்பிடத்தான் முடியவில்லை கதையையாவது கொடுத்துவிட்டுப் போகலாமே என்ற நப்பாசையில் வரவேற்பறையிலேயே கௌரவனுக்காக காத்திருந்தேன்.

அரை மணி நேரம் கழித்து கௌரவன் மேலிருந்து கீழிறங்கி வந்தார். என்னைப் பார்த்ததும் திகைத்து “ஏன் கீழ வந்துட்டீங்க. சாப்பிட்டுட்டு வந்திருக்கலாமே” என்றார்.

“பரவாயில்லை சார். இன்னொரு நாளைக்கு வர்றேன்” என்று சங்கடத்துடன் சிரித்தேன்.

அவர் சொன்னார், “பாருங்க, இருவது பேருக்குத்தான் சமைச்சிருக்கு. முப்பது பேருக்கு மேல சாப்பிட வந்துட்டாங்க. நாம அவுங்கள என்ன சொல்றது? இப்படி சாப்பாடு செஞ்சி செஞ்சிப் போட்டுத்தான் ஒன்னுமில்லாம போயிட்டேன்.”

எனக்குள் இருந்த பசி சட்டென்று காணாமல் போய்விட்டது.

நான் அவரிடம், “இப்ப வெளியிட்ட கன்னட சிறுகதைகள் தொகுப்பு ஒரு காப்பி கிடைக்குமா சார்” என்று கேட்டு என் பாக்கெட்டில் கைவிட்டு இரண்டு நூறு ரூபாய் தாள்களை எடுத்தேன். இனாமாகக் கேட்பதாக நினைத்துவிடக்கூடாது இல்லையா?

“இருங்க எடுத்துகிட்டு வர்றேன்” என்று சொல்லிவிட்டு நகர்ந்தவர், “சிசிலோட கவிதைத் தொகுப்பு கூட அற்புதமா இருக்கும் படிச்சிப் பாக்கிறீங்களா?” என்று கேட்டார்.

நான் சங்கடத்துடன், “அதை பிறகு வாங்கிக்கிறேன் சார்” என்றேன். அவர் சற்று ஏமாற்றத்துடன் அங்கிருந்து போனார்.

அதையும் வாங்கியிருக்கலாம். அவர் மகிழ்ந்திருப்பார். அந்த மகிழ்ச்சியை நீட்டிக்கச் செய்து கதையை கொடுத்துவிட்டிருக்கலாம். அதற்கான வாய்ப்பும் இப்போது நழுவிப்போய்விட்டது. கொஞ்சம் யோசனைக்குப் பிறகு இந்த களேபரங்கள் எல்லாம் இல்லாத ஒரு நாளில் வந்து கொடுத்துக்கொள்ளலாம் என்ற முடிவுக்கு வந்தேன். அங்கிருந்த பிரம்புநாற்காலியில் உட்கார்ந்துகொண்டேன்.

எனக்கு எல்லாமே அங்கே வியப்பாகவும் பிரமிப்பாகவும் இருந்தாலும் மூச்சித் திணறுவது போலவும் இருந்தது. ஏன் என்றுதான் தெரியவில்லை. வெளியே போய்விட்டால் கொஞ்சம் ஆசுவாசமாக இருக்கும் எனத் தோன்றியது.

எங்கிருந்தோ திரும்பி வந்திருந்த அந்த பூனை என் கால்களை உரசிவிட்டு என்னைப் பார்த்து 'மியாவ்' என்றது. அக்குரல் ஏதோ ஒரு ஏமாற்றத்தையும் துயரத்தையும் ஒலிப்பதுபோல இருந்தது. அதை எடுத்து மடியில் வைத்துக்கொண்டேன். அது பவ்வியமாக படுத்துக்கொண்டது.

இதுவரை எந்த அற்புதங்களையும் நிகழ்த்தாத நானும் அந்த பூனையும் மட்டும் அந்த வரவேற்பறையில் தனியே விடப்பட்டதுபோல உணர்ந்தேன்.

துயில்

இதுபோன்ற அகாலப் பயணத்தை பலமுறை அவன் யோசித்திருக்கிறான். அவன் மனம் அதிக வலியை உணரும் தருணங்களிலெல்லாம் இந்த சிந்தனை அவனுக்கு வந்திருக்கிறது, ஆறுதல் அளித்திருக்கிறது. அப்போதெல்லாம் அதை நோக்கி அவனை முழு விசையோடு தள்ளக்கூடிய எதுவும் அவன் பின்னால் இல்லையா அல்லது அந்த கனத்தின், சஞ்சலம்மிக்க மனதின் யோசனை என அவன் எண்ணினானாத் தெரியவில்லை, அப்பயணம் கைகூடவில்லை. ஆனால் இப்போதெல்லாம் வழிவிட்டு, வரவேற்று நிற்கிறதாக இருக்கலாம். இவ்வளவு நிச்சயத்துடன் அவனை வழியனுப்பிவைத்த அது அல்லது அவை ஒரு வாகனத்தை அனுப்பித் தராதா என்ன?

'உனக்கு சிந்தனை மழுங்கிவிட்டதா?' ஒரு குரல் கேட்கிறது. ஆனால் முன்புபோல அவ்வளவு வலுவாக இல்லை. அதற்குத் தெரியும் இந்தக் கேள்வியின் சம்பிர்தாயம். இதற்கெல்லாம் சபலப்படும் நிலையில் அவன் புத்தி இல்லை. அது தெளிவுடன் இருக்கிறது. கசடுகள் நீங்கி, கலங்கல்கள் வடிந்து, தெளிந்து, பாறைகளின் வழியே வழிந்தோடிக்கொண்டிருக்கிறது. எங்கே போக வேண்டும் என்ற நிச்சயம் அதற்கு இருக்கிறது. உயிர் உருவாகும்போதே அதன் திசை, அதன் ஸ்திதி எழுதப்பட்டுவிட்டது. அதற்குத் தெரியும் காட்டை நோக்கிப் போவதா, கடலை நோக்கிப் போவதாவென.

இதோ ஒரு ஆட்டோ சப்தம். ஆனால் எதிர் திசையில். அவநம்பிக்கையுடன் அதற்கு கை காட்டுகிறான்.

அது நிற்கிறது. எங்கே போக வேண்டும் என அவன் சொல்கிறான். இரவென்பதாலும், தொலைவென்பதாலும் யோசனை. அதை ஈடுசெய்யும்படியான ஒரு தொகை. அது அதிகம்தான். ஆனால் அவனிடம் இருக்கிறது. அவன் ஒப்புக்கொள்கிறான். ஆட்டோ திரும்பிவந்து நின்று அவனை உள்வாங்கிக்கொள்கிறது. அவன் மனம் கணிக்கவில்லையா? எல்லாம் முன்பான ஒரு ஏற்பாடு, வேறு என்ன? இதோ பயணம் தொடங்கிவிட்டது, மரங்கள் அடந்த சாலையில்...

இது இருள் நோக்கியா வெளிச்சத்தை நோக்கியா அல்லது இரண்டும் அல்லாது எல்லாவற்றையும் விழுங்கி ஏப்பம்விடும் அந்தக் கருந்துளை நோக்கியா? நூறு சதவீத நிச்சயம் ஒன்றும் இல்லை.

தார்சாலையை விட்டு விலகிய வாகனம், மண் சாலைக்குத் தாவுகிறது. பிறகு ஊர். அதன் தெருக்களில் நுழைந்து அதன் உறக்கத்தை சபித்தபடி கடந்துசெல்கிறது. எப்போதும் தன் ஊராக உணராத அவன் ஊர்தான் அது. ஏன் அது? அவன் அய்யாவாலா? இருக்கலாம். ஆனால் இந்தத் தெருக்களில் நமக்கு ஒரு வீடு வேண்டும் என அவன் மனம் விருப்பாததுபோல அவன் அய்யாவும் விரும்பவில்லை போல.

ஊரைக் கடந்தும் அவன் வழி காட்டினான். அது ஆட்டோக்காரனை திகைக்கச் செய்திருக்க வேண்டும்.

அவன் கேட்டான், “சார் இது எங்கப் போவுது?”

“காட்டுக்கு. இது வழியாத்தான் எங்க நிலத்துக்குப் போகனும்.”

அது சுடுகாட்டுக்குப் போகிறது எனச் சொல்லியிருந்தால் அவன் அதிகமே மிரட்சி கண்டிருப்பான். இந்த இருளில் இப்பாதையும் பயணமும் யாரையும் அப்படி ஆக்கும் என்பதில் சந்தேகமில்லை. அவன் புதியவன் வேறு.

புதியவன் என்பதாலேயே சில சாதகங்கள் இருந்தன. ஒருவேளை இவனைப் போல அந்தப் பாதையில் அவன் சிறுவயதிலிருந்து பார்த்த பல பிணங்களின் முகங்கள் ஞாபகத்துக்கு வந்தால் என்ன செய்வான்? இந்த வழியில் நடுசாமத்தில் கொள்ளிவாய்ப் பிசாசுகள் நெருப்பைக் கக்கிச் செல்லும் கதைகளைக் கேட்டிருந்தால் அவன் மனம் என்ன சிந்தித்திருக்கும்?

அப்பாதையிலிருந்து விலகி திரும்பும்போதே தொலைவில் தோப்பும் அவன் வீடும் தெரிந்தது. அந்த மாய இருளில் அது தனித்துவிடப்பட்ட ஜீவன்போல மங்கித் தெரிந்தது. தென்னை மரங்களுக்கு மத்தியில் சென்ற வாகனத்தின் ஒளிபட்டு அது திகைப்பதுபோல இருந்தது. இருளில் வாழப் பழகிவிட்ட அதற்கு இந்த ஒளி, ஆசூசையை ஏற்படுத்தியதில் என்ன ஆச்சர்யம் இருக்கப்போகிறது?

வீட்டுக்கு எதிரே இருந்த களத்தில் இவன் இறங்கும்போது ஆட்டோக்காரன் கேட்டான், "யாரும் இல்லபோல இருக்கே சார். இந்த நேரத்துக்கு எதுக்கு சார்?"

இதற்கு அவன் என்ன பதில் சொல்லுவான்? தன் பர்சிலிருந்த சில நோட்டுகளை எடுத்துக் கொடுத்தான்.

அவன் விளக்கொளியில் சென்று சரி பார்த்துவிட்டு திகைப்புடன் சொன்னான், "என்கிட்ட சில்லரை இல்லையே சார்."

"என்கிட்டயும் அவ்வளவுதான் இருக்கு. வச்சிக்கங்க."

இவன் இந்த நேரத்தில் இங்கு வந்து சேர்ந்தது குறித்து அவனுக்கு ஒரு குழப்பமான எண்ணங்கள் தோன்றியதில் ஆச்சர்யம் என்ன இருக்கிறது?

அவன் சொன்னான், "சார் தப்பா நினைச்சிக்காதிங்க. நீங்க கொஞ்சம் போதையில இருக்கீங்கன்னு நினைக்கிறேன். இந்த நேரத்துக்கு நீங்க வந்திருக்கக்கூடாது. வண்டியில ஏறினிங்கன்னா உங்களத் திரும்பவும் அங்கியே கொண்டுபோய் விட்டுற்றேன். காசு எதுவும் கொடுக்க வேணாம்."

கருணையோ, மனிதாபிமானமோ, ஆபத்தின் மீதான அச்சமோ அவன் இதைச் சொல்கிறான். ஆனால் இவனோ இந்த யோசனையை ஏற்கும் மனநிலையில் இல்லை. மேலும் இந்த இருள், இந்த வீடு, அதை சூழ்திருக்கும் அச்சம் எல்லாம் அவனுக்கு புதிதா என்ன?

"பிரச்சினை எதுவும் இல்ல. இது என் வீடுதான். உள்ள ஆளுங்க இருப்பாங்க. நீங்க போங்க."

தயக்கத்துடன் அவன் ஆட்டோவை எடுத்துக்கொண்டு புறப்பட்டுவிட்டான்.

அந்த ஒளியும் சப்தமும் விலகி மறைவதுவரை அவன் அங்கேயே நின்றிருந்தான். இப்போது அந்த வீட்டின் தனிமையில் அவனும் கலந்துபோய் விட்டான். களத்தில் சில இடங்களில் புல்லும் சில இடங்களில் செடிகளும் முளைத்து வளர்ந்திருந்தன. இன்னும் சில நாட்களில் அவை படர்ந்து வளர்ந்து களம் முழுவதையும் ஆக்கிரமித்துவிடும் எனத் தோன்றியது.

கேட்டை தள்ளித் திறந்துகொண்டுபோய் திண்ணையில் உட்கார்ந்தான். தோளில் மாட்டியிருந்த பையை கீழே கழற்றி வைத்தான். கிழக்கு மலைக்கு மேலே நிலவின் ஒளி வானத்தில் பரவத் தொடங்கியிருந்தது. இன்னும் உதயம் நடக்கவில்லை. சுற்றிலும் தென்னை மரங்களும், வாழைத் தோட்டமும் அரண்போல நின்று தொலைவுக்காட்சிகளை காண ஓட்டாமல் மறைத்திருந்தன. பக்கத்து நிலத்து நெல் வயலிலிருந்து

தவளைகளின் இரைச்சல் கேட்டுக்கொண்டிருந்தது. ஆமாம் நெல் வயல்கள் இரவில் உறுங்குவதில்லை என்பது அவனுக்குத் தெரியாதா என்ன? சிலசமயங்களில் இரவின் மந்தகாசம் பற்றி எரிவதுபோலக் கூடத் தோன்றும்.

அவன் எழுந்து, வீட்டுக்குப் பக்கத்தில் இருந்த மாட்டுக் கொட்டகை நோக்கிச் சென்றான். அதன் ஒரு பகுதி இடிந்து அதற்குமேலே இருந்தக் கூரை சரிந்திருந்தது. கொட்டகையில் மாடுகளோ, ஏன் சாணத்தின் வாசமோ கோமியத்தின் வாசமோ கூட இல்லை. அதற்குப் பதிலாக ஒரு நெடி மட்டும பரவிக் கிடந்தது.

உள்ளே போய் அங்கிருந்த ஒரு அறையின் சுவரில் துழாவி சாவி ஒன்றைத் தேடி எடுத்தான். மாட்டுக் கொட்டகையிலிருந்து திரும்பி வந்த அவன், வீட்டின் நிலைக் கதவைத் திறந்தான். பாழின் அடர்த்தி கூடி அதன் மணம் நாசியில் படிந்தது. காலணிகளை வெளியேவிட்டு வந்ததால் வெறும் காலில் புழுதியின் ஸ்பரிசத்தை உணர முடிந்தது. தன் கால்சராய் ஜோபியிலிருந்த தீப்பெட்டியை எடுத்து குச்சியைக் கொளுத்தினான். அதன் துணைகொண்டு வரவேற்பறை முழுவதையும் ஒருமுறை நோட்டம்விட்டான். பழக்கத் தோஷத்திலோ என்னவோ மின்விளக்கின் சுவிட்சியை அவன் கைகள் அழுத்தின. ஆனால் விளக்குகள் எரியவில்லை. ஆமாம் முன்பொருமுறை எப்போது என நினைவில்லை வந்தபோதுகூட எரியவில்லை. வயர்கள் சேதமாகி இருப்பதாக அவன் மாமா சொன்னார்.

உள் கதவுகளின் சாவிகள் வழக்கமான இடத்தில் இல்லை. அதை அவன் மாமா எங்கோ மாற்றி வைத்திருக்க வேண்டும். அதை இரண்டு மூன்று தீக்குச்சிகளின் துணையோடு தேடி எடுத்தான். அது அவனுக்கு எரிச்சலை ஏற்படுத்தியது. சாவிகள் இப்படி ஒளிந்து வாழ்வது அதன் சாபம் என அவனுக்குத் தோன்றியது. மனிதர்கள்மீது மனிதர்களுக்கு நம்பிக்கையற்றுப் போனதன் அவமானச் சின்னம்.

அந்தக் கதவையும் அதற்கடுத்திருந்த கதவையும் திறந்து பெரிய அளவிலான புழங்கும் அறைக்கு வந்தான். இடையே சில இடங்களில் நூலாம்படை அவன் முகத்திலும் கைகளிலும் ஒட்டிக்கொண்டு வந்தது. இடதுபக்கச் சுவர் ஓரமாகவே நடந்து கதவற்ற பூஜை அறைக்குள் நுழைந்தான். அங்கே ஒரு தீக்குச்சியை கொளுத்தி சுவாமி உருவங்களுக்குக் கீழே பார்த்தான்.

தரையில் காமாட்சியம்மன் விளக்கு தெரிந்தது. அதில் கொஞ்சம் எண்ணையும் திரியும் இருந்தன. அதை ஏற்றி கையில் எடுத்துக்கொண்டு அந்த அறையிலிருந்து வெளியே வந்தான். விளக்கொளியில் அந்த பெரிய அறை துளக்கம் பெற்றது. அதன் மத்தியில் தொங்கிய ஊஞ்சலில் அவன் அய்யா படுத்திருந்தார். அங்கே இருந்த மர பீரோக்கள்,

நாற்காலிகள்போல அவரும் அடர்ந்த நிழல்போல தெரிந்தார். இடது கை நீண்டிருக்க இன்னொரு கையை மடக்கி எதிர்புறம் திரும்பிப் படுத்திருந்தார்.

அவன் ஊஞ்சலைவிட்டு விலகி நடந்து தன் கையிலிருந்த விளக்கை அங்கிருந்த நாற்காலி மேல் வைத்தான். இப்போது விளக்கொளி அவரின் முகத்தில் படிந்த ஸ்பரிசத்தில் அவர் விழித்துக்கொண்டது தெரிந்தது. கண்களைத் திறந்து அவனை உற்றுப் பார்த்தார். பின்னர் மெல்ல எழுந்து உட்கார்ந்து கொண்டார்.

“கொழந்தே”

அவன் அவர் முகத்தைப் பார்த்துக்கொண்டு இன்னொரு நிழல்போல நின்றான்.

“என்ன இப்போ?”

“சும்மாதான். வரனும்ன்னு தோணுச்சி.”

அதற்கு மேல் அவர் எதுவும் பேசவில்லை. தலையணை மேல் விரித்திருந்த துண்டை எடுத்து தோளில் போட்டுக்கொண்டு ஊஞ்சல் கிரிச்சிட மெல்ல எழுந்தார். அவருடைய உருவம் சுவரில் படிந்து கூரை வரை வியப்பித்து அசைந்தது. அவர் வெளியே போனார்.

அவன் ஊஞ்சலில் உட்கார்ந்தான். கால்கள் தரையில் மடியும் அளவுக்கு அது தாழ்ந்திருந்தது. கால்களை உதைத்து மெல்ல அதை அசைத்து ஆடிப் பார்த்தான். வெகு நாட்கள் எண்ணெய் காணாததால் அது அந்த இரவை அரைப்பது போன்ற சப்தத்துடன் முன்பின்னாக நகர்ந்தது. பிறகு மீண்டும் கால்களை ஊன்றி அதை நிறுத்தினான்.

“இந்த நேரத்துக்கு எதுக்கு வந்த?”

பக்கத்து அறையிலிருந்துதான் அக்குரல் கேட்டது. அதை எதிர்பார்த்திருந்தவன் போல அவன் அமர்ந்திருந்தான். மீண்டும் கால்களை உதைத்து ஊஞ்சலை அசைத்தான்.

“நீ எதுக்கு வந்திருக்கேன்னு எனக்குத் தெரியும்.”

அவன் எதுவும் பேசவில்லை.

“விடியகால பஸ்ஸ பிடிச்சி ஒழுங்கா வீடுபோய் சேர்ற வழியப் பாரு.”

அவன் ஊஞ்சலை நிறுத்தினான். நிசப்தம் திரும்பியது.

அவன் சற்று எரிச்சலுடன் சொன்னான், “நான் அங்கப் போகல.”

“அப்புறம் இங்கே என்ன பண்ணலாம்ன்னு இருக்கே?”

அவன் பதில் சொல்லவில்லை.

"நீ இன்னும் திருந்தல."

"திருந்தறதுக்கு என்ன இருக்கு. அவளும் இதத்தான் சொல்றா."

"என்ன சொல்றா?"

"உன்ன மாதிரியேதான். நீ ஒரு அயோக்கியன். சுயநலக்காரன்னு."

"குடும்பம், பொண்டாட்டிப் புள்ளிங்க நெனப்பு இல்லாம, உங்கப்பனமாதிரியே நீயும் குடிச்சி கூத்தடிச்சிக்கிட்டுத் திரிஞ்சா யாரு கொஞ்சுவா?"

அவன் அமைதியாக உட்கார்ந்திருந்தான்.

"பைத்தியக்காரத்தனமா யோசிக்கிறத விட்டுட்டு வீட்டுக்குப் போ."

அவன் ஆத்திரத்துடன் சொன்னான், "எங்க போறது? எங்க போய்ப் படுக்கிறது? எவ்வளவு தட்டினாலும், கெஞ்சினாலும் கதவுத்தான் திறக்கலையே."

"உனக்குத்தான் கதவத் தெறந்து வச்சிகிட்டு பலபேர் காத்திருப்பாங்களே, அங்கப் போறதானே."

"அந்தக் கதவெல்லாம் அடச்சி ரொம்ப நாளாச்சி."

"அதனாலதான் வீட்டுக்கு வர்றயா?"

இதற்கு அவன் பதில் எதுவும் சொல்லவில்லை. அந்த குரலுக்கும் இதற்குமேல் கேள்விகளே இல்லைபோல.

அவன் கால்களை நீட்டி ஊஞ்சலில் படுத்துக்கொண்டான். இக்கேள்விகளுக்கு பதில் சொல்வது அலுப்பாக இருந்தது. இதை எப்படிக் கடப்பது என அவனுக்குத் தெரியவில்லை. எல்லாவற்றையும்தான். வழி எங்கே பிசகியது? அது எங்கே, எத்திசையில் அவனை செலுத்தியது? எப்போது விபரீதப் பள்ளங்களுக்கும், மலைப்பான பாறைகளுக்கும் இட்டுச் சென்றது? அவ்வழியிலிருந்து விலகி எவ்வழியைத் தேடி, எத்திசையில்... எதிர்படுவதெல்லாம் புதர்களாக இருக்க?

"எல்லாத்தையும் பாழாகிட்டு இப்படி வந்து நிக்கிறயே நான் என்ன பண்ணுவேன்?" உள்ளே ஈனஸ்வரத்தில் அக்குரல் அழுவது கேட்டது. "எத்தனை முற புத்தி சொல்லியிருப்பேன். அதெல்லாம் நமக்கு ஆகாதுன்னு... நான் சொல்றது எங்க உனக்குக் கேட்டது? பட்டாத்தான் தெரியும் பள்ளிக்குன்னு சொல்லுவாங்க. இப்ப பட்டுட்டு வந்து நிக்கற..."

விளக்கின் சுடர் காற்றில் பரபரப்புற்று அசைந்து, ஊஞ்சல் சங்கிலிகளின் நிழலைப் பிடித்து ஆட்டியது. அதை வெறித்தபடி

அவன் படுத்திருந்தான். ஊஞ்சலும்கூட மெல்ல அசைந்துகொண்டுதான் இருந்தது.

எழுந்து அவன் வெளியே செல்ல நினைத்தான். ஆனால் ஏதோ ஒன்று விடைகொடுக்காமல் காத்திருக்கச் செய்தது.

உள்ளே கேட்ட விசும்பல் ஒலி நின்றிருந்தது.

அக்குரல் சொன்னது, "வாழுற வரைக்கும் கௌரவமா வாழ்ந்துட்டு சாகனும். அதுக்காகத்தான் எல்லாப் பாடும். எப்படி வேணா வாழலாம்ன்னு நினைச்சிருந்தா உங்கள எல்லாம் நான் கரை சேத்திருக்க முடியுமா? உங்க அப்பன் எப்படி வாழ்ந்தான், என்ன வச்சிட்டுப் போனான்னு உனக்குத் தெரியுமா?"

இது ஒரு பாடல் போலத்தான் அவனுக்கு ஒலித்தது. வழக்கமாக அவள் பாடும் பாடல்தான் இது. வாழ்க்கையின் பாடல், அனுபவப் பாடல், ஆதங்கத்தின் பாடல். இதுவாக மட்டுமே, இந்த சப்தத்தால் மட்டுமே அவள் வாழ்கிறாள். இந்தப் பாடலை கேட்கவே காத்திருந்ததுபோல அவன் எழுந்து உட்கார்ந்தான்.

எண்ணெய் தீர்ந்து திரி மட்டும் உக்கிரமாக எரியத் தொடங்கியிருந்தது.

அவன் எழுந்து நின்றான்.

"முட்டாள்தனமா எதையும் யோசிக்காம காலையில கிளம்பி வீட்டுக்குப் போயிச் சேரு."

விளக்கு மெல்ல அடங்கி வருவது தெரிந்தது. அவன் வாசலை நோக்கி நடந்தான். வெளியே திண்ணைக்கு வந்து சேர்ந்தான். அவன் அய்யா கிழக்குத் திட்டில் உட்கார்ந்திருந்தார். அவருக்கு மேல் அரை நிலவு காய்ந்து கொண்டிருக்க, அவருடைய கருத்த தேகம் ஒரு நிழல்போல நிலைத்திருந்தது. அது இந்த பிரபஞ்சத்தின் ஸ்திதி கண்டு திகைத்துவிட்டதோ என்னவோ. நிலவின் ஒளியில் தென்னை மரங்களும், வாழைத் தோட்டமும் துளக்கம் பெற்றிருந்தன. திண்ணையிலும் வெளிச்சம் படர்ந்திருந்தது.

அவன் தன் அய்யாவுக்கு பக்கமாக கீழேபோய் உட்கார்ந்து சுவரில் சாய்ந்துகொண்டான்.

இரு மௌனம், ஒரு அமைதி.

அவரிடம் என்ன பேசுவது என்று அவனுக்கோ, அவனிடம் என்னப் பேசுவதென அவருக்கோ தெரியவில்லைபோல. இருவரும் நீண்ட நேரம் இப்படியே உட்கார்ந்திருந்தார்கள்.

"இந்த நடுஜாம வேளையில் எதற்காக நீங்கள் இருவரும் இங்கே உட்கார்ந்திருக்கிறீர்கள்?" என பூச்சிகளின் குரலில் ரீங்காரமிட்டுக் கொண்டிருந்தது அந்த இரவு.

அவன் சிறுவனாக இருந்தபோதே அவன் அய்யாவைப் பிரித்து அழைத்துக்கொண்டு போய்விட்ட கால நதி ஒன்று, எங்கோ சுற்றிச் சுழன்று இதோ அவனுக்குமுன் கொண்டுவந்து நிறுத்தியிருக்கிறது. இதன் தலைகீழ் நிலையாக, அவனைக் கொண்டுவந்து அவருக்குமுன் நிறுத்தியதாகவும் இருக்கலாம். இருவரின் பிரத்தியச்ச வாழ்வை கணக்கில் கொண்டால், அவர்கள் இருவரின் உயிரையும் இணைக்கும் சட்டமாக அவன் அம்மா இருந்தாள் என்பற்கு அப்பால் இரண்டையும் அருகில் வைத்தோ, ஒட்டவைத்தோ பார்ப்பதற்கு என்ன இருக்கிறது? காலம் முடிவற்ற நேர்க்கோட்டுப் பயணம் எனக் கொள்ளும் பட்சத்தில் அவர்கள் இருவரும் இணைக்க முடியாத இரண்டு புள்ளிகள்தான். ஆனால் இப்போது அவர்களை அருகில் கொண்டுவந்து நிறுத்தியிருக்கிற அதை எதுவாக உருவம் கொள்கிறோம் என யோசிக்கும் வேளையில் அது அவனுக்குள்ளும் அனைவருக்குள்ளும் நிறைக்கும் ஒரு காலமற்ற பிரக்ஞை எனவேத் தோன்றியது. அது நேர்கோட்டில் அல்லாது எல்லோரையும் மையமெனக்கொண்டு சுற்றிச் சுழல்வதாக இருக்கலாம் அல்லது காலவெளியில் அவர்களை சுழற்றுவதாக இருக்கலாம்.

அவன் பக்கம் பார்க்காமலேயே அவன் அய்யா சொன்னார், "அவமானப்பட்றதும், அடுத்தவனை அவமானப்படுத்திப் பார்க்கிறதும் புதுசில்ல கொழந்தை. எங்கியும், எப்பவும் நடந்துகிட்டுத்தான் இருக்கு. இதுக்கு நடுவுலதான் நாம எல்லாம். இதை வாழ்வா சாவாப் பிரச்சினையாக்குறதும் நாமதான்."

இதை எப்படி தொடர்வது என அவர் சிறிதுநேரம் யோசித்திருக்க வேண்டும்.

பிறகு அவர் சொன்னார், "எங்க ஊர்ல எனக்கு முன்னாடி மத்தவங்கதான் கையக் கட்டி நிப்பாங்க. ஆனா இந்த ஊரு என்னைக் கையக் கட்டி நிக்கவைச்சது.

"ஒரு பொங்கல் பண்டிகைக்கு ஊர்ல இருந்து ஆளுங்களக் கூட்டிகிட்டு உன் சித்தப்பன் வந்தான். இந்த ஊர்ல திரிஞ்சிகிட்டிருந்த தமட்டை ஒன்னப் புடிச்சிகிட்டுப் போயி பாய்ச்சல் காட்டிட்டான். அது இந்த ஊர்க்காரங்களுக்குப் பெரிய குத்தமாப் போயிடுச்சி. அதுக்கு நான் ஒடந்தையா இருந்ததாச் சொல்லி பஞ்சாயத்துல நிக்க வச்சாங்க. கையக்கட்டி நான் நின்னேன். கேள்வி கேட்டாங்க, மன்னிப்புக் கேட்க வச்சாங்க.

"எல்லாம் மாமன் மச்சான்னு பழகன ஆளுங்கதான், கூட ஒக்காந்து சாராயம் குடிச்சவங்கதான்.

"ஏன், உன் அம்மா எத்தனைமுறை என்னை அவமானப் படுத்தியிருப்பா. ஏன்னா இது அவ சொத்து."

"நான் இங்க வரும்போது இந்த நெலமெல்லாம் காடு மேடா புல்லுப் பூண்டு மொளச்சிக் கெடந்தது. அதையெல்லாம் வெட்டிப் போட்டு, நெறவி, சமப்படுத்தி, தண்ணிப் பாய்ற நிலமா மாத்த மூணு நாலு வருஷமாயிடுச்சி. அப்புறம் கிணத்த ஆழமாக்கி, கரண்டு கனெக்சன் வாங்கி, இப்ப இங்க இறைக்கிறத் தண்ணி அந்தக் கடைசி கழனிக்குப் போகுதுன்னா... இதெல்லாம் அவ கண்ணுக்குத் தெரியாது."

"நான் அவக்கிட்ட தைரியமாச் சொல்வேன், என் கொழந்தைங்கள கூட்டிகிட்டு நான் போயிட்டறேன். இந்த கையி காலு இருக்கிறவரைக்கும் என்னால இதுங்களுக்கு கூலு ஊத்த முடியும்ன்னு."

"பள்ளியாப் பொறந்துட்டு ஆச்சாரி வேல, மேஸ்திரி வேலயெல்லாம் செஞ்சேன். இந்தக் காட்டுல இருந்து எவ்வளவு மரம் வெட்டியிருப்பேன், இந்தத் தோள்ல எவ்வளவு மரத்தத் தூக்கிக்கொண்டு வந்து சேர்த்திருப்பேன். எத்தனை கட்டில், எத்தனை பீரோ, எத்தனை மாட்டு வண்டி, ஏர் கலப்ப... இந்த ஊர்ல இருக்கிற கால்வாசி வீடுங்க நான் செங்கல்ல எடுத்துவச்சி கட்டின வீடுங்கதான்...

"தெருவுல நடந்தா பலபேர் நம்பல கையெடுத்து கும்பிடுவான். வீட்டுக்கு வந்தா?"

அவர் விரக்தியுடன் சிரிப்பது தெரிந்தது.

அவர் சொன்னார், "இந்த கழுதைங்களுக்கு நான் யாருன்னுத் தெரியல, அருமைப் புரியல. சாகற வரைக்கும் அப்படித்தான்.

"இந்தத் திருட்டுப் பசங்களவிட அப்படி என்ன குறைஞ்சிப் போயிட்டோம்? எதுக்கு நாம அவமானப்படணும்?"

அவருக்காக மட்டுமல்ல அவனுக்காகவும் அவர் யாரிடமோ வாதாடுவதுபோல இருந்தது இது. இந்த இரவிடமா, இந்த மரம் செடி கொடிகளிடமா? அல்லது கடவுளிடமா? ஆனால் அவர் கடவுளை வணங்கி அவன் பார்த்ததில்லை. அவனுக்கும்கூட அந்தத் தேவை இருக்கவில்லை. பிறகு யாரிடம்?

அவருடையப் பேச்சு அவனுக்கு ஆறுதலாக இருந்ததா, அவன் துயரத்தைக் கூட்டி மேலும் இரட்டிப்பாக்கியதா?

அவன் கேட்டான், "நான் கொஞ்சம் குடிசிக்கலாம்ன்னு இருக்கேன்."

"கொண்டு வந்திருக்கியா?"

"ஆமாம்."

அவன் எழுந்து தன் பையை எடுத்துக்கொண்டு வந்து உட்கார்ந்தான். அதிலிருந்த மது பாட்டில், தண்ணீர், டம்ளர் எல்லாவற்றையும் வெளியே எடுத்து வைத்தான். முதல் டம்ளரை ஊற்றி காலி செய்துவிட்டு தயக்கத்துடன் கேட்டான்.

"நீங்கக் கொஞ்சம் குடிக்கிறீங்களா?"

"வேணாம்."

"ஏன்"

"நான் குடிச்சிட்டேன். எவ்வளவு முடியுமோ அவ்வளவு குடிச்சாச்சி. நீ குடி."

அவன் குடித்தான். அடுத்தடுத்து இன்னும் இரண்டு கிளாஸ். அவனுக்குள் கரைந்து போயிருந்த போதை மீண்டும் தலைத்தூக்கத் தொடங்கியது. தொய்வு கண்டிருந்த மனம் திரும்பவும் விழிப்புற்று எழுந்தது.

அவன் சொன்னான், "இப்ப நான் தனியாயிட்டேன். என்கூட யாரும் இல்லை. எல்லாம் தூரம் தூரமா வெலகிப் போயாச்சி. அவுங்களுக்கு எந்தவிதத்திலயும் நான் உபயோகமா இல்லைன்னு நினைக்கிறாங்க. சுமையா ஆயிடக் கூடாதுன்னு நினைக்கிறாங்க.

"நான் யாரையும் குறை சொல்லவோ, குற்றம்சாட்டவோ விரும்பல. காரணம் எல்லாருக்கும் அவுங்கவுங்க வாழ்க்கை இருக்கில்லையா, அது முக்கியமில்லையா? என்னை தாங்கிப் பிடிச்சா இன்னும் அவுங்களுக்குப் பாரம்தானே?"

போதை மயக்கம் கூடக் கூட அவன் துயரமும் கூடியது போலும். அவன் படுத்துக்கொண்டான். தரையின் குளிர்ச்சி அவனுக்கு இதமாக இருந்தது.

அவன் பலவீனமான குரலில் முணகினான், "இங்க நான் முக்கியமில்லை. யாருக்கும் முக்கியமில்லை."

அவன் அய்யா எழுந்து அவனுக்கு அருகில் வந்து உட்கார்வதுபோன்ற ஒரு உணர்வு. அவருடைய விரல்கள் அவன் தலையை கோதிக்கொடுக்கிறது. இப்போது அவன் அவருடைய மடியில் படுத்திருக்கிறான்.

முன்பொருமுறை மொட்டை மாடியில் அவன் அம்மாவின் மடியில் படுத்து அழுதது அவனுக்கு ஞாபகத்துக்கு வந்தது.

ஆனால் இதெல்லாம் என்ன?

அவனுடைய துயரம் எவ்வளவு அபத்தமானது என்பது அவனுக்குத் தெரியும். ஆனால் அதற்கொரு அரவணைப்பு தேவை, ஆறுதல் தேவை. தன்னை ஒரு துரோகியென, சுயபோகி என ஒப்புக்கொள்வதில் உள்ள தயக்கம் அவனை இப்படி இரக்கம் வேண்டி, கருணை வேண்டி நிற்கச் செய்ததா?

தன்னை நேர்மையின் காலடியில் விழுந்துகிடப்பவனாக தனக்கே பறைசாற்றிக்கொள்ள இதெல்லாம் தேவை என அவன் உள்ளுணர்வு சொல்லியது போலும். எல்லோரும் அதைவிட்டு விலகிச் செல்லும் வேளையில் அவனாவது அதை மதிக்க வேண்டும் இல்லையா? அந்த இடத்துக்குரியவன்தான், தான் என நிற்க வேண்டும் இல்லையா?

தனக்கான எல்லா மடிகளையும் இழுந்துவிட்டதாகத் தோன்றுவதும், துயரம் பெருகுவதும், தன்மீதான கழிவிரக்கம் கூடுவதும் அவ்வப்போது நேர்வதுதான். இந்த அழுகையும் அவனுக்கு ஆறுதல் அளிப்பதுதான். அவன் அப்படியே தூங்கிப் போனான்.

காலையில் அவனுடைய மாமா நிலத்துக்கு வந்தபோது திண்ணையில் அவன் தூங்கிக் கொண்டிருப்பதைப் பார்த்து ஆச்சர்யம் அடைந்தார். ஆனால் எழுப்பவில்லை. வெயில் சுள்ளென்று காயும்வரை அவன் தூங்கிக்கொண்டே இருந்தான்.

———